निराळी, मनोवेधक, नकळत प्रेमात पाडणारी... रहस्यमय कादंबरी. लोभस व्यक्तिमत्त्वाचा हॅमिश तुम्हाला निखळ आनंद मिळवून देतो.

-बुकलिस्ट

सुखद, ग्रामीण पार्श्वभूमी असलेल्या रहस्यकथा लिहिणाऱ्यांमध्ये एम.सी.बीटनचे स्थान सन्मानाचे आहे... वाचकांसाठी ती एक आनंददायी करमणूकच असते.

-असोसिएटेड प्रेस

आपल्या स्नेहीजनांना पुस्तके भेट द्या

डेथ ऑफ अ परफेक्ट वाईफ

हॅमिश मॅक्बेथच्या चित्तवेधक रहस्यकथा

लेखक

एम. सी. बीटन

अनुवाद

दीपक कुळकर्णी

मेहता पब्लिशिंग हाऊस

Email : production@mehtapublishinghouse.com
author@mehtapublishinghouse.com
Website : www.mehtapublishinghouse.com

DEATH OF A PERFECT WIFE by M.C. BEATON

Copyright © 1989 by M.C.Beaton

Translated into Marathi Language by Deepak Kulkarni

डेथ ऑफ अ परफेक्ट वाईफ / अनुवादित कादंबरी

अनुवाद : दीपक कुळकर्णी

मराठी अनुवादाचे व प्रकाशनाचे हक्क मेहता पब्लिशिंग हाऊस, पुणे.

प्रकाशक : सुनील अनिल मेहता, मेहता पब्लिशिंग हाऊस,
१९४१, सदाशिव पेठ, माडीवाले कॉलनी, पुणे -३०.

अक्षरजुळणी : इफेक्ट्स, २१/६ब, आयडिअल कॉलनी, कोथरूड, पुणे ३८.

मुखपृष्ठ : फाल्गुन ग्राफिक्स

प्रथमावृत्ती : नोव्हेंबर, २०१७

P Book ISBN 9789386888327

रोरी स्टुअर्टला

एक

“माझ्या जाळीदार घरात एकदा येऊन तरी बघ.”
आठ पायांचा कोळी माशीला म्हणाला, “इतकं नक्षीदार जाळं
तू यापूर्वी कधीच पाहिलं नसशील.”
– मार्क हॉविट

ती अतिशय सुखद व प्रसन्न सकाळ होती.

इन्स्पेक्टर हॅमिश मॅक्बेथ आपल्या आवडत्या टाऊझर कुत्र्यासोबत लॉचडभ तलावाच्या काठाने मस्त भटकत चालला होता. तो अतिशय तृप्त, समाधानी दिसत होता. गेले दोन आठवडे अगदी दृष्ट लागण्यासारखं हवामान होतं.

निळंभोर आकाश, समोर दिसणाऱ्या छोट्याशा बंदरातलं खळाळणारं पाणी, त्या पलीकडे पसरलेल्या अथांग समुद्राचा तो वेड लावणारा निळा रंग आणि चमचमत्या सूर्यप्रकाशात उंच उसळणाऱ्या चंदेरी लाटा. गावाच्या भोवती असलेले प्राचीन महाकाय पर्वतदेखील त्या आळसावलेल्या प्रकाशात अगदी गरीब, सज्जन दिसू लागले होते. तलावामागच्या ताडमाड पाईनवृक्षांच्या राखाडी जंगलामधून चर्चचा टॉवर डोकावत होता. भल्या पहाटे उमललेले गुलाब आता बागांच्या कुंपणांवर रेलून पडले होते. डोंगराच्या एका बाजूला घंटेच्या आकाराच्या अनेक रंगीबेरंगी फुलांचे ताटवे पसरले होते. जून महिन्यात ह्या रानटी फुलांना कमालीचा बहर येत असे.

चालता चालता हॅमिशचं लक्ष जेसी व नेसी ह्या प्रौढ कुमारिका असलेल्या क्युरी बहिणींकडे गेलं. बागकाम करण्यात दोघी गढून गेल्या होत्या. समान अंतर राखून, नीट रांगेत लावलेल्या फुलझाडांमुळे ती छोटेखानी बाग अगदी सुबक,सुंदर दिसत होती.

“हवा मस्त पडलीय.” कुंपणावरून वाकत हॅमिश हसून म्हणाला. दोघींनी

नजरा उचलून नाराजीने हॅमिशला न्याहाळलं.

"नेहमीसारखाच रिकामटेकडा दिसतोयस," नेसी खवचटपणे म्हणाली. उन्हामुळे तिच्या चष्म्याच्या काचा चमकत होत्या.

"चांगली गोष्ट आहे की मग!" मिस्कीलपणे हॅमिशने उत्तर दिलं. "एकही गुन्हा घडलेला नाही, बायकांना मारहाण झालेली नाही. इतकंच काय बेड्या ठोकायला एखादा बेवडादेखील सापडला नाही."

"मग पोलीस स्टेशनला टाळं ठोक. टाळं ठोक पोलीस-स्टेशनला." नेसीला एकच वाक्य दोनदा बोलायची सवय होती, गाणाऱ्या त्या कस्तूर पक्ष्यासारखी. "तुझ्यासारख्या धडधाकट रांगड्या पुरुषाने असं बिनकामाचं बागडत बसणं ही अगदी लाज आणि शरमेची गोष्ट आहे. लाज आणि शरमेची गोष्ट."

"म्हणजे ह्या गावात एखादा खून व्हायला हवा," हॅमिश म्हणाला, "तरच मला काम मिळेल आणि तुम्हाला चघळायला एक मस्त विषय सापडेल."

"मी ऐकलं की मिस हालबर्टन-स्मिथ परत आलीये," जेसी हॅमिशला मुद्दाम डिवचत म्हणाली, "तिच्याबरोबर तिचे लंडनचे मित्रही आलेत."

"मजा करायचाच तर मोसम आहे," हॅमिश हसत हसत म्हणाला. "कसलं मस्त वातावरण आहे."

डोक्यावरची कॅप नीट करत हॅमिश तिथून निघाला खरा, पण पाहता पाहता त्याच्या चेहऱ्यावरचं हसू मावळत गेलं. प्रिसिला हालबर्टन-स्मिथवर त्याचा जीव जडला होता. ती केव्हा परत आली, आपल्याला अजून भेटली कशी नाही, तिचे हे नवीन मित्र कोण? विचारागणिक त्याची अस्वस्थता वाढत गेली. आलेल्या बेचैनीमुळे मनावर मळभ दाटू लागलं. तरीसुद्धा आभाळ अजून निरभ्र कसं याचं त्याला आश्चर्य वाटून गेलं. तळपणाऱ्या सूर्याखालच्या संथ पाण्यात एक छोटा सील मनसोक्त जलक्रीडा करत होता.

उदासी झटकून त्याने मनाला उभारी आणण्याचा प्रयत्न केला. हवेत पाईन व डांबरमिश्रित खारट गंध पसरला होता. फुकटची कॉफी लाटण्यासाठी त्याची पावलं लॉचडभ हॉटेलच्या दिशेने वळली.

हॉटेलचा मॅनेजर, मिस्टर जॉन्सन आपल्या केबिनमध्ये बसला होता. "कॉफी घे," कोपऱ्यातल्या कॉफी मशीनकडे नजरेने खुणावत तो हॅमिशला म्हणाला. कॉफीचा कप घेऊन हॅमिश त्याच्यासमोर येऊन बसला. "तुला ठाऊक आहे? विलेट्सच्या जागेचा व्यवहार पक्का झाला." मॅनेजर म्हणाला.

हॅमिशच्या भुवया उंचावल्या गेल्या. "काय सांगतोस? ती जागा विकली जाईल असं मला कधीच वाटलं नव्हतं." बंदराजवळ विलेट्सची एक जुनी व्हिक्टोरियन काळची बंगली होती. गेल्या पाच वर्षांपासून ते घर विकायला काढलं

होतं पण घरदुरुस्तीचाच खर्च एवढा होता की विलेट्सकडे एकदेखील गिऱ्हाईक फिरकलं नव्हतं.

"फारच स्वस्तात सौदा झाल्याचं माझ्या कानावर आलं. फक्त दहा हजार पौंड."

"कुणी विकत घेतलं?"

"थॉमस नावाच्या कुणीतरी. इंग्रज कुटुंब आहे. त्यांच्याबद्दल फारशी माहिती समजली नाही. पण आजच येताहेत एवढं कळलं. तुझ्यामागे आता काम लागणार असं दिसतंय."

हॅमिश हसला. "म्हणजे, एखादा गुन्हा घडण्याची शक्यता तुला वाटतेय? छे! छे! इतकी छान हवा असताना कुणीही वाईट कृत्य करू शकत नाही."

"हवामान बदलत चाललंय."

"हवामानाचा अचूक अंदाज वर्तवणारा बॅरोमीटर अजून तरी माझ्या पाहण्यात आलेला नाही," हॅमिश म्हणाला. "बरं मला सांग, टॉमेल कॅसलमध्ये सध्या काय चाललंय?" हॅमिशने जरी सहज चौकशी करण्याचा आव आणला असला तरी त्याच्या प्रश्नामागचा हेतू मिस्टर जॉन्सनच्या चटकन लक्षात आला होता. लॉचडभपासून काही मैलांवर असलेला "टॉमेल कॅसल" हा प्रशस्त बंगला म्हणजेच प्रिसिला हालबर्टन-स्मिथचं घर होतं.

"मी ऐकलं की, प्रिसिला परत आलीय आणि तिच्यासोबत मित्रमंडळीही आहेत."

हॅमिशने कॉफीचा घोट घेतला. "किती जण आहेत"

"दोन पुरुष, दोन स्त्रिया."

हॅमिशच्या मनावरचा ताण काहीसा हलका झाला. जॉन्सनच्या बोलण्यावरून ती दोन जोडपी असावीत अशी त्याची खात्री झाली. प्रिसिला एका तरुण मुलाला घेऊन आलीय अशी त्याला उगीचच भीती वाटत होती.

"तू पाहिलंस त्यांना?" हॅमिशने विचारलं.

"हो तर. काल रात्री सर्वजण इथेच जेवायला आले होते."

हॅमिशचं अंग ताठरलं. "कमालच झाली. आपल्या घरी पाहुण्यांना मेजवानी द्यायच्याऐवजी कर्नलने आपल्या लेकीला गावातल्या हॉटेलमध्ये पाठवून दिलं?"

मिस्टर जॉन्सनला त्यावर काय बोलावं हे सुचेना. "अरे बाबा, गेला आठवडाभर हे पाहुणे कॅसलवरच मेजवान्या झोडत होते." तो म्हणाला आणि वर सिलिंगकडे पाहू लागला. हॅमिशच्या चेहऱ्यावरची निराशा पाहण्याचं धैर्य त्याला होत नव्हतं.

हॅमिशने कॉफीचा अर्धवट भरलेला कप हळूच टेबलावर ठेवला. "मला

अजून बरीच कामं उरकायची आहेत.'' तो म्हणाला. ''चल रे टाऊझर.'' ते आडदांड जनावर गुपचूप आपल्या मालकाच्या मागून चालू लागलं. त्याचं डौलदार शेपूट मात्र खालच्या बाजूला वळलं होतं. धन्याच्या मनाचं दु:ख जणू त्यालाही बोचत होतं.

हॅटेलचा व्हरांडा शेंदरी रंगाच्या फुलझाडांनी भरून गेला होता. तिथे उभा राहून हॅमिश सूर्याकडे डोळे किलकिले करून पाहू लागला. अजूनही हवा इतकी प्रसन्न राहिलीय? एक आठवडा होऊन गेला, तरीही? आणि मला भेटावं असं एकदाही तिला वाटलं नाही?

हॅमिश पोलीस स्टेशनवर परतला आणि मागच्या बाजूला असलेल्या बागेमधून तो आपल्या छोट्याशा शेतात गेला. उन्हामुळे पाठ भाजून निघत होती. मेंढ्यांना पुरेसं पाणी आहे ना याची त्याने खात्री करून घेतली.

एक लठ्ठ काळी मेंढी दुडुदुडु त्याच्याजवळ आली व त्याचा हात चाटू लागली. हॅमिश नकळत तिला कुरवाळू लागला पण त्याचं मन मात्र टॉमेल कॅसलमध्ये काय चाललं असेल या विचाराने अस्वस्थ झालं होतं. आयुष्यात काही महत्त्वाकांक्षाच नसल्याबद्दल प्रिसिलाने मागच्या भेटीत त्याला छेडलं होतं. तो खरोखरच महत्त्वाकांक्षी माणूस नव्हता. त्याला त्याचं सरळ, सोपं, समाधानी आयुष्य फार आवडत होतं. पर्वत, दऱ्याखोऱ्या, वृक्ष, रानफुलं, समुद्र ह्यांनी वेढलेला पश्चिम सदरलँडचा निसर्गरम्य प्रदेश म्हणजे त्याचा जीव की प्राण होता. तिथल्या भाबड्या, अंधश्रद्ध माणसांत तो सहज मिसळून जायचा.

टॉमेल कॅसलला जाऊन तिथला कानोसा घ्यायला काय हरकत आहे असा त्याच्या मनात विचार आला.

त्याच्यापाशी आता कोरी करकरीत सफेद लँडरोव्हर होती. स्ट्रॅथबेनच्या मुख्य पोलीस कचेरीतून जरी ही नवी गाडी मंजूर झाली असली, तरी त्यामागे चीफ डिटेक्टिव्ह इन्स्पेक्टर ब्लेअरचा आशीर्वाद होता ही गोष्ट हॅमिशही जाणून होता. हॅमिशच्या मदतीने ब्लेअरला अनेक खून प्रकरणांचा छडा लावता आला होता. खरं म्हणजे हॅमिशने एकट्यानेच खुनी शोधून काढले असले तरी, प्रत्येकवेळी त्याचं श्रेय त्याने उदार मनाने ब्लेअरला देऊन टाकलं होतं.

टॉमेल कॅसलकडे जाणारा रस्ता डोंगरांमधून जात होता. त्या नागमोडी रस्त्याच्य प्रत्येक वळणावर हॅमिशच्या पोटात खड्डा पडत होता. प्रिसिला न भेटण्यामागे अगदी किरकोळ काहीतरी कारण असणार अशी स्वत:च्या मनाची तो समजूत घालत होता. आपल्या बरोबरची तिची मैत्री तिच्या वडिलांना, कर्नलसाहेबांना बिलकूल पसंत नव्हती आणि हॅमिशला अजिबात भेटायचं नाही अशी या खेपेस त्यांनी तिला तंबी दिलेली असणार, पण वडिलांच्या विरोधाला न जुमानता यापूर्वी ती अनेकदा त्याला

भेटली होती ही गोष्ट मात्र तो आत्ता सोईस्करपणे विसरू पाहत होता.

बंगल्याच्या फाटकापासून दूर एका कडेला त्याने गाडी लावली. कोणाच्याही नजरेस न पडता त्याला गुपचूप टेहेळणी करायची होती.

बंगल्याजवळ जाताच त्याला जोरजोरात हसण्या-खिदळण्याचे आवाज येऊ लागले. तो वळून मागल्या बाजूला आला. तिथे पाईन वृक्षांची दाट झाडी होती. तिथे लपून तो सर्व काही पाहू शकत होता.

ते क्रॉकेट खेळत होते. सुरुवातीला हॅमिशचे डोळे फक्त प्रिसिलावरच खिळले होते. क्रॉकेटमध्ये एका लाकडी हातोड्याने गवतावर उभारलेल्या छोट्या कमानीतून चेंडू पार करायचा असतो. ह्या हलक्या लाकडी हातोड्याला मॅलेट म्हणतात. प्रिसिला मॅलेटवर रेलून बसली होती. तिचे सोनेरी मुलायम केस चेहऱ्यावरून खाली ओघळले होते. तिने शेंदरी रंगाचा कॉटनचा आखूड स्कर्ट व त्यावर पांढरा ब्लाऊज घातला होता व तिच्या पायात बारीक पट्ट्यांचे तपकिरी सँडल्स होते. आता हॅमिशचं लक्ष त्या पुरुषाकडे गेलं. खेळताना मॅलेटचा वापर कसा करायचा हे प्रिसिलाच्या कमरेभोवती हात टाकून तो तिला शिकवत होता. तो उंच व देखणा होता. काळे केस व निळसर हनुवटी असलेल्या त्या तरुणाने चौकटीचा शर्ट घातला होता. शर्टाच्या बाह्या दुमडल्यामुळे त्याच्या दंडाचे व मनगटाचे पिळदार स्नायू लक्ष वेधून घेत होते.

त्यांच्यासोबत आणखी दोन तरुणी व एक तरुण होता. मुली श्रीमंत घराण्यातल्या असाव्यात असं हॅमिशला वाटलं. त्यांचा पोशाख आधुनिक व आकर्षक होता. त्या तरुण मुलाच्या डोळ्यांवर सोनेरी काड्यांचा चष्मा होता.

प्रिसिला त्या काळ्याभोर केसांच्या तरुणाच्या डोळ्यात डोळे घालून पाहत होती व त्याच्या बोलण्याला खळखळून व दिलखुलासपणे हसून दाद देत होती. हॅमिशचं काळीज गोठून गेलं. मन पुन्हा काळवंडून गेलं. प्रिसिला हालबर्टन-स्मिथ त्या केसाळ, रानटी माकडाच्या प्रेमात पडली होती. त्याच्या ओठावर शिव्या येऊ लागल्या. अचानक प्रिसिलाच्या चेहऱ्यावरचं हसू मावळलं. जणू तिला काहीतरी जाणवलं. आधी तिने स्वतःच्या अवतीभोवती पाहिलं आणि नंतर झाडांवर नजर रोखली.

जड अंतःकरणाने हॅमिश तिथून उठला. लँडरोव्हरकडे परतताना त्याची पावलंही जड झाली होती.

तो फारच काळजीपूर्वक व सावधानतेने गाडी चालवत राहिला. दारू पिऊन तर्र झालेला माणूस आपण नशेत नसल्याचं दाखवण्याचा केविलपणा प्रयत्न करतो, तसा.

विलेट्सच्या घरासमोर त्याला एक मोठी व्हॅन उभी असलेली दिसली. म्हणजे पाहुण्यांचं आगमन झालं होतं तर.

स्वतःशीच उगाच दुःखीकष्टी, एकाकी होऊन बसण्यापेक्षा, हॅमिशने नव्या पाहुण्यांची चौकशी करायचं ठरवून त्या व्हॅनच्या शेजारी आपली गाडी पार्क केली. नवीन आलेल्या जोडप्याची घरात सामान हलवायची लगबग सुरू होती. त्यातली स्त्री ही उंच, उत्साही व चेहऱ्यावरून करारी वाटत होती पण पुरुष मात्र लठ्ठ, ओंगळवाणा दिसत होता. सामान नेताना तो पाय ओढत चालत होता.

"काही मदत हवीय?" त्याने विचारलं, "मी हॅमिश मॅक्बेथ. इथला पोलीस इन्स्पेक्टर."

त्या स्त्रीने आपले हात पँटला पुसून मग हॅमिशशी हस्तांदोलन केलं. "ट्रिक्सी थॉमस आणि हा माझा नवरा, पॉल."

ती जवळ-जवळ हॅमिशएवढीच उंच होती. तिचे तपकिरी केस मानेवरून खाली रुळत होते व तिचे मोठ्ठाले डोळे तपकिरी होते. जिवणी लहान होती व हसताना पांढरेशुभ्र दात चमकत होते. ती पंचेचाळीशीची असावी असा हॅमिशने अंदाज बांधला. तिचा नवरा मात्र अस्वलासारखा जाडजूड व विदूषकासारखा चुरगळलेल्या चेहऱ्याचा दिसत होता. वजन कमी करण्यासाठी कडक पथ्यावर ठेवल्याने बिचाऱ्याची उपासमार होत असावी असे त्याच्याकडे बघून वाटत होते. लोंबणारी कातडी, काळे बारीक मिचमिचे डोळे व फेंदारलेले नाक असा एकूण त्याचा अवतार होता.

"सामान उचलायला तुम्हाला झेपतंय का?" हॅमिशने विचारलं.

"आम्ही जमेल तितके प्रयत्न करतो आहोत." उसासा टाकत ट्रिक्सी म्हणाली.

"पण उकाड्याने जीव हैराण झालाय. सामानासाठी आम्ही कशीबशी ही व्हॅन भाड्याने ठरवली पण सामान उचलण्यासाठी माणसं बोलावणं मात्र आमच्या खिशाला परवडणारं नव्हतं. आमचं आम्हालाच निभवावं लागणार... जमेल तसं." ती हताशपणे म्हणाली.

"मी तुम्हाला मदत करतो," डोक्यावरची कॅप बाजूला ठेवून व शर्टाच्या बाह्या सरसावत हॅमिश म्हणाला.

"तू करशील आम्हाला मदत?" दीर्घ श्वास घेत ट्रिक्सी म्हणाली. "बिचारा पॉल, असल्या कामाच्या बाबतीत अगदीच निरुपयोगी आहे." तिचा आवाज थोडा धपापता व किंचित किरकिरा होता.

हॅमिशने पॉलकडे पाहिलं. बायकोने निरुपयोगी म्हटल्यामुळे बिचाऱ्याचा चेहरा पडला असेल असं त्याला वाटलं होतं पण पॉल चक्क गालातल्या गालात हसत होता.

मनाची उदासी घालवण्यासाठी आयती संधी चालून आली ह्या विचारानं हॅमिश उत्साहात कामाला लागला. पॉलला हाताशी घेऊन त्याने सर्व फर्निचर, लाकडी

पेट्या आणि पुस्तकं घरात आणली. ट्रिक्सी दोघांनाही प्रत्येक वस्तू कुठे ठेवायची ह्याच्या सूचना देत होती. "खरं म्हणजे आम्हाला आणखी सामानाची गरज आहे," ती म्हणाली. "आम्हाला दोघांनाही बेकारभत्ता मिळतो. पण त्यात आमचं भागणं कठीण आहे, म्हणून इथे लॉज चालवायचा माझा विचार आहे."

"असं? तुम्ही झटपट तयारी केलीत तर जून-जुलैत इथे येणारे पर्यटक तुम्हाला गिऱ्हाईक म्हणून मिळू शकतील." हॅमिश म्हणाला "आणि जर तुम्हाला जुनं फर्निचर विकत घ्यायचं असेल तर आल्नेसला एक दुकान आहे. थोडं दूर-"

ट्रिक्सीने पुन्हा चेहरा पाडला. "फर्निचर विकत घ्यायला आमच्याकडे एक पैसादेखील नाही." ती म्हणाली. "गावातल्या लोकांनी उदार मनाने त्यांच्याजवळच्या जुन्या वस्तू आम्हाला दिल्या तर खूप उपकार होतील."

"माझ्याकडे काही असलं तर बघतो," हॅमिश म्हणाला. "आपलं काम संपल्यानंतर आपण पोलीस स्टेशनला जाऊ या. मी तुमच्यासाठी काहीतरी खायला बनवतो."

आपण त्यांना बोलावण्यात चूक केली हे दुसऱ्याच क्षणी त्याच्या लक्षात आलं होतं पण तोपर्यंत त्याच्या तोंडून शब्द निघून गेले होते. हॅमिश काही स्वत:बद्दल फुशारक्या मारणारा गृहस्थ नव्हता, परंतु ट्रिक्सी आपल्याला नजरेने इशारे करतेय हे त्याला कळत होतं. काम करता करता ती त्याच्यावर धडकत होती अर्थातच जाणीवपूर्वक त्याच्याकडे पाहून ती मंद स्मित करत होती.

पोलीस स्टेशनला पोहोचल्यावर तर त्याला आपण दिलेल्या आमंत्रणाचा अधिकच पश्चात्ताप झाला. तो स्वयंपाकघरात खाण्याची तयारी करत असताना ट्रिक्सीने त्याची परवानगीही न घेता सर्व खोल्यांमधून बिनदिक्कत फेरफटका मारला. अचानक ती किचनमध्ये आली आणि डोळे मोठे करत म्हणाली, "तू शेकोटीचा वापर करत नाहीसं दिसतंय. तुझ्यापाशी कोळसे पेटवायची ती जुनी लाकडी शेगडी दिसतेय. आम्हाला तिचा खूप उपयोग होईल. तसंही ती विकत घेण्याएवढे पैसे कुठे आहेत आमच्याकडे?"

हॅमिशच्या मावशीने ती शेगडी त्याला दिली होती. लोखंडी चौकटीत तावदान असलेली अठराव्या शतकात बनवलेली ती शेगडी, म्हणजे पुरातन वस्तुकलेचा एक दुर्मीळ नमुना होता. हॅमिशची ती आवडती वस्तू होती. ती एकटक हॅमिशकडे पाहत उभी होती. तिच्या नजरेतून सुटून शेगडी देण्यास नकार द्यायला त्याला खूप कष्ट पडले. "मला नाही देता येणार ती. त्या शेगडीचा हिवाळ्यात मला खूप उपयोग होतो." तो धीर गोळा करून म्हणाला.

ट्रिक्सी आता फडताळावरच्या बरण्या शोधू लागली होती. तिने जॅमची एक बाटली उचलली व त्यावरचे लेबल वाचू लागली. "स्ट्रॉबेरी! पॉल, बघ तरी. घरी

बनवलेला स्ट्रॉबेरी जॅम. मला इतका आवडतो.''

''जाताना घेऊन जा ती बाटली.'' हॅमिश म्हणाला. तिने हॅमिशच्या गळ्याभोवती हात टाकले. ''किती चांगला माणूस आहे रे हा!'' मान तिरपी करत पॉलकडे बघत ती म्हणाली.

हॅमिशने कशीबशी स्वतःची सुटका करून घेतली आणि तो त्यांना खाणं वाढू लागला.

हॅमिशच्या मनातून एव्हाना ट्रिक्सी साफ उतरली होती तरी पण आपल्याला तिचा एवढा का तिरस्कार वाटू लागलाय हे त्याला समजेना. तो पॉलकडे लक्ष देऊ लागला. पॉल म्हणत होता की शहरातल्या जीवघेण्या स्पर्धेला कंटाळून त्यांनी या पहाडी प्रदेशात यायचा निर्णय घेतला होता. घरामध्ये पेइंग गेस्ट ठेवून पैसे मिळवता येतील असं त्यांना वाटतंय. ''घरात दुरुस्तीचं काम खूप आहे.'' तो म्हणाला. ''पण त्याला फारसा वेळ लागणार नाही. मला घरामागे बागही बनवायची इच्छा आहे.''

''प्रश्न असा आहे,'' आपले पाय बाजूला करत हॅमिश म्हणाला. ट्रिक्सी टेबलाखालून त्याच्या पायाला पाय बिलगवून बसली होती. ''की इथला उन्हाळा बरेचदा तितकासा सुखद नसतो व लोक दुसऱ्या देशात सुट्टी घालवण्याचे बेत आखतात. पण हल्लीच बातमी आली आहे की विमानसेवा विस्कळीत झाल्यामुळे विमानतळावर खूपच गर्दी होत चाललीये. त्यामुळे लोकं पुन्हा इथे वळण्याची शक्यता निर्माण झाली आहे. कदाचित तुम्ही नशीबवान ठरू शकाल.''

''आमच्याकडे जुलै व ऑगस्टमध्ये राहण्याची सोय आहे अशी जाहिरात आम्ही ग्लासगो हेराल्ड आणि दि स्कॉट्समन ह्या दोन वर्तमानपत्रांत आधीच देऊनही टाकलीये.'' ट्रिक्सी म्हणाली.

सामान विकत घ्यायला ह्यांच्याजवळ पैसे नसताना, त्यांनी जाहिरातींवर इतका खर्च कसा काय केला याचं हॅमिशला आश्चर्य वाटलं. शिवाय आता जून महिना सरत आला होता. खोल्या नीट सजवून ठेवण्यासाठी त्यांना फारच जलद गतीने काम करावं लागणार. ते जायला निघाले तेव्हा ट्रिक्सी म्हणाली, ''हे बघ, मला काही तुला त्रास द्यायचा नाही, पण तू जर आम्हाला तुझ्याकडचं थोडं फर्निचर... म्हणजे मला म्हणायचंय की नाहीतरी तुलाही सर्व सामान सरकारकडूनच मिळालंय.''

''सरकारकडून मला फक्त हे टेबल, खुर्ची, फायली ठेवायचं कपाट आणि फोन एवढ्याच गोष्टी मिळाल्या आहेत.'' हॅमिश म्हणाला. ''बाकीच्या सर्व वस्तू मी माझ्या पैशाने विकत घेतल्या आहेत. सगळं घर धुंडाळायला आत्ता तरी माझ्यापाशी वेळ नाही. पण काही मिळालं तर नक्की तुला आणून देईन.''

ते दोघंजण घरातून बाहेर पडल्यावर त्याने सुटकेचा निःश्वास सोडला. ते घराकडे परतत असताना त्याला एक धक्कादायक गोष्ट जाणवली. अचानक हवा

बदलत चालली होती. हवेत ओलसर दमटपणा आला होता आणि पाहता-पाहता ढगांनी सूर्य झाकोळून गेला होता. तो पोलीस स्टेशनच्या पुढच्या बाजूस आला व तिथून तलावाकडे एकटक पाहू लागला.

समुद्रावरून थंडगार वारे सुटले होते आणि वाऱ्यांसोबत पावसाळी ढगही आता आक्रमकपणे पुढे सरकू लागले होते. पाण्यावर ढगांच्या काळ्या सावल्या पसरल्या होत्या.

आणि अचानक चिलटांचे थवेच्या थवे खाली उतरले. पहाडी प्रदेशात त्यांना स्कॉटिश डास म्हणून ओळखलं जाई. गेल्या दोन आठवड्यांत त्यांचा मागमूसही नव्हता. आता मात्र ते ढगांमधून झुंडीच्या झुंडीने येत चालले होते. डोळे आणि नाकावर त्यांनी हल्ला चढवताच, हॅमिश शिव्या देत घरात घुसला व त्याने दार घट्ट लावून टाकलं.

सुखाचे दिवस संपले. हवामान बिघडलं. प्रिसिला एका तरुण मुलाला सोबत घेऊन आली आणि लॉचडभला आलेल्या नवीन जोडप्याने आल्या आल्याच गावचं वातावरण दूषित व तापदायक करून टाकलं.

त्या रात्री डॉक्टर ब्रॉडी आपल्या पत्नीसह घरातल्या गोल टेबलापाशी बसून भोजनाचा आस्वाद घेत होता. समोरच्या प्लेटमध्ये नेहमीचाच मेनू होता. शिजवलेलं मांस आणि बटाट्याचे चिप्स. आपलं टेबल कधीतरी धुवून-पुसून स्वच्छ, लखलखीत झालेलं असेल, ही आशा त्याने मनातून कधीच काढून टाकली होती. जेवणाच्या प्लेटभोवती पुस्तकं, मासिकं, कॅसेट्स व पत्रांचा पसारा पडलेला होता. फळं ठेवायच्या बाऊलमध्ये पेपर क्लिप्स, केसांच्या पिना, दोन स्क्रूड्रायव्हर्स, डिंकाची बाटली आणि एक सुरकुतलेलं संत्र दिसत होतं.

त्याची बायको समोरच बसली होती. तिच्या डाव्या हाताशेजारी वाईनच्या बाटलीचा आधार घेत एक पुस्तक अर्धवट उघडलेल्या अवस्थेत टेकून उभं होतं. डॉ. ब्रॉडीने आपल्या पत्नीकडे कौतुकाने पाहिलं. तिचा चेहरा बारीक असला तरी त्यावरची हुषारी लपू शकत नव्हती, तिच्या डोळ्यांचा रंग करडा होता. लहान मुलीसारखे भुरभुरणारे काळे केस तिच्या चेहऱ्यावर पसरले होते आणि कोळशाचे डाग पडलेल्या हातांनी ती मधूनमधून ते बाजूला सारत होती. डॉ. ब्रॉडी हा तृप्त, समाधानी माणूस होता. गावामध्ये त्याची प्रॅक्टिस उत्तम चाललेली होती. आपली पत्नी जर कुशल गृहिणी असती तर किती बरं झालं असतं असा विचार त्याच्या मनात कधीकधी येत असे, पण बायकोच्या गबाळ्या कारभाराची त्याला आता सवय झाली होती. इतक्यात एंजेलाच्या पायाजवळ बसलेले दोन कुत्रे एकमेकांवर गुरगुरले आणि मांजराचं छोटं पिल्लू टुणकन उडी मारून टेबलावर येऊन बसलं.

"तुझ्या प्लेटजवळ मांजर आलंय," डॉक्टर तिला म्हणाला.

"हो, का? शूऽऽ!" एंजेला अर्धवट पुटपुटली व नकळत एका हाताने मांजराला हाकलवत, दुसऱ्या हाताने तिने वाचत असलेल्या पुस्तकाचं पान उलटलं.

"विलेट्च्या जागेत एक नवं कुटुंब आलंय," मांसाच्या तुकड्यावर सॉस आणि बटाट्याच्या चिप्सवर केचअप टाकत डॉक्टर तिला म्हणाला. बाटली उघडून त्याने ग्लासमध्ये वाईन ओतली. एंजेलाचं पुस्तक खाली पडलं.

"मी म्हटलं की विलेट्सच्या जागेत एक जोडपं आलंय," तो पुन्हा म्हणाला.

त्याच्या बायकोची स्वप्नाळू नजर त्याच्यावर रोखली गेली. "मला वाटतं की मी उद्या सकाळी जाऊन त्यांचं स्वागत करावं," ती म्हणाली. "मी त्यांच्यासाठी केक बनवते."

"काय म्हणालीस? काय बनवते? तुला केक बनवता येतो?"

एंजेलाने उसासा सोडला. "मला ठाऊक आहे की घरकामात मी फारशी हुशार नाही. हो ना? पण ह्या खेपेस मी थोडी हुशारी दाखवण्याचा प्रयत्न करणार आहे. काल मी बाजारातून केक-मिक्सचं एक पाकीट आणलंय. केक कसा बनवायचा, याच्या सर्व सूचना त्यावर लिहिलेल्या आहेत."

"बघ, तुला कसं जमतंय ते. वडिलाचं औषध घेण्यासाठी आज प्रिसिला हालबर्टन-स्मिथ दवाखान्यात आली होती. पण नंतर ती सरळ घरी निघून गेली."

"मग काय झालं त्यात?"

"एक आठवडा झाला तिला गावात येऊन, पण अजून पोलीस स्टेशनमध्ये तिने पाऊल ठेवलेलं नाही."

"बिचारा हॅमिश. पण तो कशाला फिकीर करेल? किती देखणा आहे तो."

"प्रिसिला तुला सुंदर वाटत नाही?"

"ती आहेच खूप सुंदर," एंजेला म्हणाली. तिच्या बोलण्यात मत्सराचा लवलेशही नव्हता. "उद्या मी हॅमिशसाठीसुद्धा केक बनवते."

"स्टोव्हच्या वरती आग विझवायचा सिलिंडर ठेवलाय एवढं फक्त लक्षात ठेव," डॉक्टर म्हणाला. "मागच्या खेपेस तू जॅम बनवायला गेलीस आणि स्वयंपाकघरात आगीच्या ज्वाळा भडकल्या होत्या."

"पुन्हा तसं होणार नाही." एंजेला म्हणाली. "त्यावेळी दुसऱ्याच कुठल्यातरी विचारापायी माझी तंद्री लागली होती."

उठून तिने फ्रिज उघडला व बाजारातून विकत आणलेलं एक पॅकेट बाहेर काढलं. त्यात कस्टर्ड, जॅम व क्रीम होतं. डॉक्टरने वाईनच्या साथीत पॅकेट फस्त केले व समाधानाने सिगरेट शिलगावली.

तो पन्नाशीतला, सडपातळ व नीटनेटका गृहस्थ होता. डोळे फिकट निळ्या रंगाचे होते व चेहऱ्यावर बारीक डाग पडले होते. ह्या वयातच त्याला पूर्ण टक्कलही पडलं होतं. उन्हाळा असो की हिवाळा, घरी आल्यावर तो लोकरीच्या जाड कापडाचा पायजमा घालत असे.

जेवण झाल्यावर दोघेही बाहेरच्या खोलीत आले आणि स्वयंपाकघरात मांजराने अगदी मुक्तपणे उरलेल्या अन्नाचा फन्ना उडवण्यास सुरुवात केली.

शेकोटीतली आग विझली होती. राखेचा भलामोठा ढीग साठून आग पेटवणं अशक्य होईपर्यंत एंजेला ती साफ करण्याचे जराही कष्ट घेत नसे. नाईलाजाने ती गुडघ्यावर बसून साठलेली राख एका बादलीत भरू लागली.

"का उगाच त्रास करून घेतेयस?" डॉक्टर म्हणाला, "इलेक्ट्रिक हीटर सुरू कर."

"हो की. मला सुचलंच नाही." ती म्हणाली व तिने उठून हीटर सुरू केला. बाहेर कितीही उबदार हवा असली तरी घरात मात्र बाराही महिने कमालीचं थंड वातावरण असायचं. कारण घर खूप जुनं होतं. भिंती जाड होत्या व फरशी दगडाची होती. एंजेला मग किचनमध्ये गेली. तंद्रीतच तिने मांजराला थोपटलं व पुस्तक उचलून बाहेर आली आणि शांतपणे वाचू लागली.

त्या गलिच्छ घरात आनंदाने राहण्याची डॉक्टरने मानसिक तयारी केली होती, पण एंजेलालाही अनेकदा घरातल्या अस्वच्छतेचा मनापासून उबग येत असे. ही गोष्ट जर त्याला समजली असती तर त्याला आश्चर्याचा धक्काच बसला असता.

पक्का निश्चय करून एकदा तरी हे घर अगदी चकचकीत-लखलखीत करायचं असा अनेकदा तिच्या मनात विचार येई पण दुसऱ्याच क्षणी एवढं मोठं काम करण्याच्या विचारानेच तिचे हातपाय गळून जात. एकेकाळी ती स्त्रियांची मासिकं मोठ्या आवडीने वाचत असे पण आता त्या मासिकातली चित्रं पाहणंसुद्धा तिला सहन होत नसे. चित्रातले ते सजवलेले दिवाणखाने, नीटनेटकं स्वयंपाकघर, चकाकणारी टेबलं-खुर्च्या-कपाटं पाहताना तिला अपराधी वाटत असे.

पण दुसऱ्या दिवशी सकाळी नवऱ्याला न्याहारी दिल्यानंतर तिचं मन अचानक आनंद व उत्साहाने उंचबळून आलं. तिच्याकडे आता करण्यासारखं खूप काही होतं. ती आता एखाद्या चांगल्या गृहिणीप्रमाणे घरी केक बनवून शेजारी आलेल्या नवीन जोडप्याकडे घेऊन जाणार होती.

रेडी मिक्स पाकिटाच्या मागे लिहिलेल्या सूचना वाचायला जेव्हा ती खुर्चीत बसली. तेव्हा मात्र तिच्या मनात संतापाची लहर उसळली. पाकिटावर जर 'रेडी मिक्स' असं लिहिलंय तर त्यात अंडी, दूध आणि मीठ का म्हणून घालायचं? काहीही न घातला लगेच केक तयार व्हायला हवा.

तिने केकचं भांडं शोधायचा प्रयत्न केला व तिच्या लक्षात आलं की सध्या ते भांडं आपण कुत्र्यांना पाणी पिण्यासाठी ठेवलं आहे. तिने भांड्यातलं पाणी फेकून दिलं आणि ते कागदी रुमालाने पुसून घेऊन ती कामाला लागली.

दुपारी जेव्हा ती विलेट्सच्या घरी– नाही थॉमसच्या घरी– तिने स्वत:ला आठवण करून दिली– स्वतःच्या हाताने बनवलेला केक घेऊन गेली तेव्हा तिला प्रथमच स्वत:चा अभिमान वाटला.

जुन्या व्हिक्टोरियन बंगल्यात बरीच काही कामं सुरू झालेली दिसत होती. गावात मासेमारीचा व्यवसाय करणारा आर्ची मॅक्लिन एक छोटं टेबल उचलून आत शिरत होता. चर्चच्या ख्रिस्ती धर्मगुरुची बायको– मिसेस वेलिंग्टन– खिडक्यांच्य काचा पुसत होती आणि शेती करणारा बर्ट हुक वर चढून छपराची दुरुस्ती करत होता.

बंगल्याचं पुढचं दार उघडं होतं. एंजेला आत शिरली. एका उंच स्त्रीने तिचं हसतमुखाने स्वागत केलं. "माझं नाव ट्रिक्सी थॉमस,'' ती म्हणाली. "किती छान केक आहे. आम्हा दोघांना केक खूप आवडतो, पण काय करणार, सरकारकडून मिळणाऱ्या बेकारभत्त्यावर आम्हाला भागवावं लागतं. असले चैनीचे पदार्थ आम्हाला परवडत नाहीत.''

एंजेलाने स्वत:ची ओळख करून दिली आणि जेव्हा ट्रिक्सी म्हणाली, "आमची कॉफी प्यायची वेळ झालीच आहे. चल, तू सुद्धा आमच्याबरोबर कॉफी घे.'' तेव्हा ट्रिक्सी आपला बहुमान करतेय असंच तिला वाटलं.

ट्रिक्सी तिला स्वयंपाकघरात घेऊन आली. तिचा नवरा पॉल भिंती धुवत होता. "हा बिचारा एवढंच काम करू शकतो,'' ट्रिक्सी त्याच्याकडे केविलवाणा कटाक्ष टाकत म्हणाली. तिने आपला आवाज उंचावला, "डार्लिंग, बघितलंस का, डॉक्टरची बायको आपल्यासाठी केक घेऊन आलीय. काम थांबव आणि कॉफी प्यायला ये. एंजेला, तू बस ना.''

एंजेला टेबलापाशी बसली. त्यावर लाल-पांढऱ्या रंगाच्या चौकडींचा टेबल क्लॉथ घातला होता. खिडकीभोवती स्कॉटिश डास घोंघावत होते. "घरात स्प्रे मारायला हवा.'' एंजेला म्हणाली, "आज डासांनी कहर केलाय.''

"प्रदूषण वाढत चाललंय. ओझोनचं आवरण विरळ होऊ लागलंय,'' ट्रिक्सी म्हणाली. "मला ते जुन्या पद्धतीचे चिकट कागद पाहिजेत. ते लावल्यावर घरात डास येत नाहीत.''

ती ज्या भांड्यात कॉफी बनवत होती ते अगदी नवं-कोरं दिसत होतं. "कॉफीच्या बिया मी स्वत: दळून घेते,'' मान तिरपी करत ती म्हणाली. पॉल कधीचाच टेबलापाशी बसून केककडे लहान मुलासारखा अधाशीपणे पाहत होता. "मी तुला अगदी एक छोटा तुकडा देणार आहे,'' तिच्या आवाजात जरब होती. "तुझं पथ्य सुरू आहे.''

एंजेला ट्रिक्सीकडे आदराने पाहत होती. ट्रिक्सीने निळ्या जीन्सवर मोठे खिसे असलेला पांढराशुभ्र ढगळ शर्ट घातला होता. तिच्या पायातले कॅनव्हासचे बूट अगदी पांढरेशुभ्र होते. त्यावर गवताचादेखील डाग पडलेला नव्हता. एंजेलाने आपल्या स्कर्टमध्ये खोचलेल्या ब्लाऊजकडे पाहिलं. तो खूपच चुरगळलेला होता. तिला स्वत:ची लाज वाटली.

''चला, आता केक कापू या,'' हातात सुरी घेत ट्रिक्सी म्हणाली. पॉल केक खायला अगदी अधीर झाला होता.

सुरी केकमध्ये खोल रुतली. ट्रिक्सीने केक कापण्याचा प्रयत्न केला. तो मध्यभागी नीट भाजला गेला नव्हता. केकचं पिवळं 'बॅटर' बाहेर पडू लागलं.

''अरे बापरे,'' एंजेला उद्गारली. ''हा केक नाही खाता येणार. असं कसं झालं? मला काही समजत नाही. मी तर पाकिटावर लिहिलेल्या सूचनांनुसार तो बनवला होता.''

''काही हरकत नाही,'' पॉल म्हणाला. ''मला चालेल.''

''नाही. तुला मिळणार नाही,'' ट्रिक्सीने त्याला बजावले आणि एंजेलाकडे पाहून तिने 'सगळे पुरुष सारखेच!' या अर्थाचा कटाक्ष टाकला.

''माझ्यामधे काही अर्थच नाही,'' एंजेला स्वत:वरच चिडली होती.

''काळजी करू नको. मी तुला केक बनवायला शिकवीन. एरवी आपण घरी बनवतो. तीच पद्धत रेडी मिक्ससाठीही वापरायची, पण तुला केक घेऊन यावासा वाटला, हाच तुझा मोठेपणा आहे.'' ट्रिक्सीने केक नवऱ्यापासून लांब ठेवला. बिचारा पॉल हिरमुसल्या चेहऱ्याने पुन्हा कामाला लागला.

''मला कोणतीच गोष्ट नीट करता येत नाही.'' एंजेला म्हणाली. ''घरच्या कामासाठी मी अगदी निरुपयोगी आहे. कचरा कुंडीएवढाही माझा उपयोग नाही.''

''तू सर्व गोष्टी फारच हाताबाहेर जाऊ दिलेल्या दिसतायत,'' ट्रिक्सीने चटकन तिला सावरून घेतले. ''घर स्वच्छ करण्यासाठी तू कुणाला पैसे देऊन का बोलवत नाहीस.''

''नाही शक्य मला. घराची अवस्था बघून काम करायला कुणीच तयार होणा नाही. आधी मलाच थोडी सुरुवात करायला हवी, तरचं एखादी बाई यायला राजी होईल.''

''चल, मी तुला मदत करते.'' ट्रिक्सी एंजेलाकडे पाहून प्रेमळ हसली. ''आपली अगदी घट्ट मैत्री होणार असं मला वाटू लागलंय.''

एंजेलाला काय बोलावं ते सुचेना. ती भारावली, संकोचली. चेहऱ्यावरचे भाव लपवण्यासाठी तिने किंचित मान वळवली. गावातल्या स्त्रियांशी तिचं कधीच पटलं नव्हतं. खरं म्हणजे आपल्या अस्वच्छ घराचा विषय तिने यापूर्वी

कुणाजवळही बोलून दाखवला नव्हता. "तू मला मदत करशील असं वाटलं नव्हतं, ट्रिक्सी." एंजेला म्हणाली आणि तिला एकदम आपण धीट व आधुनिक झालो आहोत असं वाटलं. कारण गावामधे एकमेकांना आडनावाने किंवा मिस्टर, मिसेस अशा संबोधनाने हाक मारत.

"आपण एक कॉंट्रॅक्ट करू," ट्रिक्सी म्हणाली. "मी आत्ता लगेच तुझ्याबरोबर तुझ्या घरी येते. तुझ्या घरात अडगळीत पडलेलं जे फर्निचर असेल ते तू मला दे. तोच मी माझ्या कामाचा मोबदला समजेन."

"फारच छान," एंजेला म्हणाली. आईचा हात पकडल्यावर मूल कसं निर्धास्त होतं, तशी काहीशी भावना तिच्या मनात दाटून आली होती.

पण घराकडे परतताना मात्र ट्रिक्सीला आपण बरोबर घेऊन यायला नको होतं असं तिला वाटू लागलं. तिच्या डोळ्यांसमोर शेकोटीबाहेर पसरलेली राख आणि किचनमधला पसारा उभा राहिला.

एंजेला बाह्या सरसावत घरात शिरली व तरातरा घरभर फिरली आणि मग स्वतःशीच पुटपुटली," आता कुठल्याही गोष्टीचा विचार न करता सरळ कामाला सुरुवात करणं, हीच उत्तम गोष्ट आहे."

आणि ट्रिक्सी कामाला जुंपली. तिचे हात इकडून तिकडे सरसर फिरू लागले. तिचा कामाचा उरक थक्क करणारा होता. सगळा कळकटपणा नाहीसा होऊ लागला, एकेका वस्तूला चकाकी येऊ लागली, कपाटात पुस्तकं रांगेने जाऊन बसली. एंजेलाला तर घरात जादूची कांडी फिरतेय असं वाटू लागलं. आपली गुरु जे काम सांगेल ते ती अगदी आनंदाने व आज्ञाधारकपणे करत होती. जणू ते घर तिचं नसून ट्रिक्सीचंच होतं.

"चला, आपण सुरुवात तर चांगली केली," अखेर ट्रिक्सी म्हणाली.

"सुरुवात?" एंजेलाने चकित होऊन विचारलं, "यापूर्वी हे घर इतकं स्वच्छ कधीच नव्हतं. मला तर तुझे आभार कसे मानावेत हेच कळत नाही."

"कदाचित तुझ्याकडे तुला नको असलेलं काही फर्निचर असेल."

"नक्कीच," एंजेला गोंधळून म्हणाली. "कुठेतरी काहीतरी असेलच."

"दिवाणखान्याच्या एका कोपऱ्यात एक जुनी खुर्ची धूळ खात पडलीये."

"अच्छा, ती होय!" जुन्या पद्धतीने बनवलेली ती बिनहातांची खुर्ची होती व त्यावर मण्यांचं विणलेलं कव्हर घातलेलं होतं.

एंजेलाच्या मनात क्षणभर चलबिचल झाली. खुर्ची तिच्या आजीची होती पण आजीच्या मृत्यूनंतर तिचा कोणीच वापर केला नव्हता. शिवाय ह्या नवीन देवतेच्या दर्शनाने व आशीर्वादाने एंजेला पुरती भारावून गेली होती. "ठीक आहे. जॉनला सांगून आज संध्याकाळीच ती खुर्ची तुझ्या घरी पोहोचवण्याची मी व्यवस्था करते."

"त्याची काही गरज नाही," ट्रिक्सीने आपल्या बलदंड हाताने ती खुर्ची उचलली. "मी स्वत:च घेऊन जाईन."

'खुर्ची खूप जड आहे, तू एकटीने ती उचलू नकोस' या एंजेलाच्या विनवणीला न जुमानता ट्रिक्सी खुर्ची घेऊन बाहेरही पडली. एंजेला तिच्या मागोमाग बागेच्या फाटकापर्यंत गेली. 'आपण पुन्हा कधी भेटायचं?' हे विचारायचं तिच्या मनात आलं पण एखाद्या प्रेयसीसारखी लाजून ती गप्प राहिली. डॉक्टर ब्रॉडीला रुग्णांन तपासण्यासाठी अनेकदा बाहेरगावी जायला लागे. त्या काळात ती घरी एकटीच असे. तीस वर्षांपूर्वी जॉन ब्रॉडी ह्या वैद्यकशाखेच्या तरुण विद्यार्थ्याशी लग्न केल्यापासून तिने कधीही नोकरी केली नव्हती. त्यांना मूलबाळ झालं नव्हतं. मधल्या काळात एंजेलाचे आईवडीलही वारले होते. आजपर्यंत पुस्तकं हेच तिचे सोबती होते.

ट्रिक्सी फाटकापाशी वळली. "उद्या भेटू या," ती म्हणाली.

एंजेलाचा चेहरा आनंदाने फुलला. तिला अचानक तरुण, उत्साही वाटू लागलं.

"उद्या भेटू." तिने उत्स्फूर्त प्रतिसाद दिला.

इन्स्पेक्टर हॅमिश मॅक्बेथ आपल्या बागेच्या फाटकावर रेलून उभा होता. खुर्ची घेऊन जाणाऱ्या ट्रिक्सीकडे त्याचं लक्ष गेलं.

"मदत करू का?" त्याने ओरडून विचारलं.

"नको, थँक्स," ट्रिक्सी म्हणाली व झपाझप पावलं टाकत निघून गेली. हॅमिश तिच्या पाठमोऱ्या आकृतीकडे पाहत राहिला. ही खुर्ची आपण कुठे पाहिलीये? तो विचार करू लागला. लॉचडभमधील एकेका घरातील फर्निचर त्याच्या डोळ्यासमोर येऊ लागलं. हां. डॉक्टरच्या घरात! आठवलं.

चालत चालत डॉक्टरच्या घरापाशी येऊन तो मागच्या बाजूला वळला. थॉमस कुटुंब सोडलं तर त्या पहाडी प्रदेशात घराच्या पुढच्या दाराचा वापर कुणीही करत नसे.

"अरे, हॅमिश, ये ना आत," दरवाजाशी घुटमळणाऱ्या त्या लाल केसांच्या लंबू इन्स्पेक्टरला पाहून एंजेला म्हणाली, "कॉफी पिणार?"

"हो तर." हॅमिश स्वयंपाकघरात शिरला आणि थक्क होऊन तो पाहतच राहिला. ब्रॉडीच्या घरचं किचन इतकं स्वच्छ असलेलं त्यानं पूर्वी कधीच पाहिलं नव्हतं. ट्रिक्सीने आपल्याला किती व कशी मदत केली याची साद्यंत हकिगत सांगताना एंजेला अतिशय उत्साहित झाली होती.

"तिच्या हातात असलेली खुर्ची, तुझी होती?" हॅमिशने विचारलं.

"हो ना. बिचारीकडे अगदीच थोडं फर्निचर आहे. त्यांना घरात लॉज सुरू करायचंय. माझ्या आजीच्या जुन्या खुर्चीचा तिला खूप उपयोग होईल."

हॅमिशच्या मनात चटकन विचार आला. लॉजिंग सुरू करणाऱ्या माणसाला

जुन्या पण वापरात असलेल्या फर्निचरची गरज असायला हवी. ह्या जुन्यापुराण्या खुर्चीचा त्याला काय उपयोग? ती खूप मौल्यवान होती का असा विचार त्याच्या मनात तरळून गेला, परंतु त्याला कलात्मक वस्तूंबद्दल काहीच ज्ञान नव्हतं.

स्वयंपाकघरात डास घोंघावू लागले.

"मी दार लावून घ्यायला हवं होतं," एंजेला म्हणाली. "आता हे डास छळणार मला."

"तुझ्याकडे तो स्प्रे आहे की," ओट्याखाली ठेवलेल्या स्प्रेच्या बाटलीकडे बोट दाखवत हॅमिश म्हणाला.

"स्प्रेच्या वापरामुळे ओझोनच्या आवरणाला छिद्र पडतं." एंजेला म्हणाली.

"असेलसुद्धा, पण अर्धं स्वयंपाकघर डासांनी भरलेलं असताना वातावरणाचा कोण विचार करतो?" हॅमिश म्हणाला. ओझोनसंबंधीची माहिती नक्कीच ट्रिक्सीने एंजेलाला दिली असणार हे त्याने ताडलं. ट्रिक्सीचं म्हणणं बरोबरही होतं. मग त्याला इतकं वैतागण्याचं काय कारण होतं?

थोड्याशा गप्पा मारून हॅमिश उठला व बाहेर पडला. रिमझिम पावसाला सुरुवात झाली होती. तलावावर ढगांची गर्दी झाली होती. तरीही हवा अजून ओलसर पण उबदार होती.

आणि अचानक पोलीस स्टेशनच्या बाजूला उभ्या असलेल्या व्होल्व्हो गाडीकडे त्याचं लक्ष गेलं. प्रिसिला गाडीतून उतरत होती. तो अक्षरश: धावू लागला.

दोन

हे प्रेमा! तिने तुझी 'ही' अवस्था केली?
मग माझे काय होईल, कोण जाणे!
– *जॉन लिली*

पोलीस स्टेशनच्या जवळ येताच तो धावायचा थांबला आणि चेहरा निर्विकार ठेवण्याचा प्रयत्न करत शांतपणे चालू लागला, पण त्याचे ओठ सुकले होते आणि छातीचे ठोके वाढले होते.

जवळ जाऊन तिला अधीरतेने हाक मारणार तोच त्याचा स्वाभिमान व आत्मसन्मान अचानक जागृत झाला. तो, हॅमिश मॅक्बेथ, एखाद्या स्त्रीच्या मागे असा लंपटपणे धावून, तिच्याकडून नाहक अपमान करून घेणार नव्हता.

"हाय, प्रिसिला!" तो म्हणाला.

"चटकन आधी किचनचं दार उघड," प्रिसिला म्हणाली. "मला जिवंत खाल्लं जातंय. हे डास तुझ्या जवळपास कसे येत नाहीत?"

"मी अंगाला रिपेलंट चोपडलंय," हॅमिश म्हणाला. "दरवाजा उघडाच आहे. माझी वाट बघायची गरज नव्हती. सहज आली होतीस?"

प्रिसिला टेबलापाशी बसली आणि तिने कोटावरची टोपी मागे सरकावली. "वडिलांनी सांगितलं की गावात आलेल्या नव्या पाहुण्यांना भेटून ये," ती म्हणाली.

हो तर, आपण इथल्या सर्वांत श्रीमंत वाड्याची मालकीण असल्याचा त्यांच्यासमोर तोरा दाखवून वाटेत जाताजाता गरीब बिचाऱ्या इन्स्पेक्टरलाही जळवायची संधी सोडू नकोस, हॅमिश निष्कारण स्वतःच्या मनाला यातना करून घेत होता.

"कशी वाटली नवीन माणसं?" स्टोव्हवर किटली ठेवत हॅमिशने विचारलं.

"चांगली वाटली. ती बाई जरा आक्रमक स्वभावाची दिसतेय. घर नीट लावण्यासाठी डॉक्टर ब्रॉडीची बायको तिला मदत करत होती. अखेर एक तरी

मैत्रीण आपल्याला मिळाली याचा मिसेस ब्रॉडीला आनंद झालेला दिसत होता.''

''बरोबर,''

उकळत्या पाण्यात मोजून मापून चहाची पत्ती टाकत हॅमिश म्हणाला.

''मिसेस ब्रॉडी ही एकलकोंडी स्त्री आहे. खरं तर तिच्यासारखीने परीक्षा देत राहून भरपूर पदव्या मिळवायला हव्या होत्या. ती खूप हुशार आहे पण व्यवहारज्ञान फारच कमी आणि आत्मविश्वास तर शून्य. ट्रिक्सी थॉमस तिला आपल्या मुठीत ठेवणार असं चिन्ह दिसतंय. मिसेस ब्रॉडी उद्या केस कुरळे करून घ्यायला जाणार आहे.''

''खरंतर तिने मुळीच केस कुरळे करू नयेत,'' हॅमिश म्हणाला. ''तिला तिचे ते लहान मुलीसारखे दिसणारेच केस शोभून दिसतात.''

''पण ती आता खुशीत आहे आणि त्यामुळे काहीही करायला तयार आहे,'' प्रिसिला म्हणाली.

हॅमिशने प्रिसिलाच्या हातात चहाचा कप दिला आणि स्वत:चा कप घेऊन तो तिच्यासमोर बसला.

''आणि तिचा नवरा, पॉल त्याच्याबद्दल तुझं काय मत आहे?'' त्याने विचारलं.

''छान माणूस आहे. एखाद्या असहाय्य लहान मुलासारखा वाटला. त्याला सांभाळून लॉज सुरू करायची तयारी करणं म्हणजे ट्रिक्सीला खूपच मेहनत घ्यावी लागणार.''

''त्या खेळात तर तिचा हातखंडा दिसतोय,'' हॅमिश म्हणाला. ''तिने तुला फर्निचरबद्दल विचारलं?''

''हो. पण मी सांगितलं की त्याबाबतीत तू माझ्या वडिलांना भेट. त्या घराची मी मालक नाही.''

''तू आठवड्यापूर्वीच आली आहेस असं मी ऐकलं.''

प्रिसिलाने हॅमिशच्या डोळ्यात पाहिलं. त्याची नजर शांत पण शोधक होती.

''तुला यापूर्वीच भेटावं असं माझ्या मनात होतं,'' प्रिसिला बचावाचा पवित्रा घेत म्हणाली. ''पण वेळ फारच भर्रकन निघून गेला. माझ्याबरोबर मित्र आले आहेत. उद्या ते परत चाललेत.''

''कोण आहेत ते?''

''माझे मित्र-मैत्रिणी आहेत ते. सारा जेम्स आणि तिची बहिण, जेनेट. डेव्हिड बॅक्स्टर आणि जॉन बर्लिंग्टन.''

''मी पाहिलं त्यांना,'' सहज बोलावं तसं हॅमिश म्हणाला. ''मी गाडी घेऊन त्या बाजूला चाललो होतो. तो लांब केसांचा कोण आहे?''

''म्हणजे तुला म्हणायचंय तो देखणा, तपकिरी चेहऱ्याचा? तो जॉन.''

"काय करतो तो?"

"तो अतिशय यशस्वी शेअरब्रोकर आहे."

"म्हणजे तो महत्त्वाकांक्षी आहे? पण त्याचं वय थोडं जास्त वाटतं."

"हॅमिश, महत्त्वाकांक्षी माणसांच्या बाबतीत तुझ्या मनात एवढी अढी असेल असं मला वाटलं नव्हतं. तो तरुण निश्चितच नाही. तिशीचा आहे."

"माझ्याच वयाचा दिसतोय," हॅमिश कोरडेपणाने म्हणाला.

"ते जाऊ दे. तो आहेच कष्टाळू आणि तडफदार. त्याने ग्लुसेस्टरला एक फार्महाऊस विकत घेतलंय. सप्टेंबरमध्ये मी पुन्हा इथे आले की तो मला फार्महाऊसवर घेऊन जाणार आहे. आता मी कॉम्प्युटर्स शिकायचं ठरवलंय. माझे क्लासेस हिवाळ्यात सुरू होणार आहेत."

"आणि तू त्याच्या प्रेमात पडली आहेस?" हॅमिशने रोखठोक विचारलं.

प्रिसिला गोरीमोरी झाली. "ठाऊक नाही. असेनसुद्धा."

त्या क्षणी हॅमिशने कदाचित तिच्यावर हातही उगारला असता. तिने जर 'हो' असं उत्तर दिलं असतं तर तो मनातून कोसळला असता आणि पुन्हा सावरायला त्याला फार कष्ट पडले असते. परंतु प्रेमात पडलेली माणसं कधीच प्रेमाबद्दल साशंक नसतात हे हॅमिशला पक्कं ठाऊक होतं. मात्र ज्या मख्खपणे प्रिसिलाने हॅमिशचा हल्ला परतवला होता, त्याबद्दल त्याने तिला मनातल्या मनात लाखोली वाहिली.

खरं म्हणजे त्याने तिच्यावर कधीच हक्क दाखवला नव्हता. प्रिसिलाच्या मतेही त्या दोघांमध्ये फक्त निखळ मैत्री होती. त्या पलीकडे काही नव्हतं.

प्रिसिलाने विषय बदलला. "मला असं वाटलं होतं की नॉथनमधल्या तुझ्या कर्तृत्वानंतर तुला बढती मिळाली असेल."

"मी तुला आधीच सांगितलंय. मला बढती मुळीच नकोय. मी इथे अगदी मस्त मजेत आहे."

"हॅमिश, मला वाटतं... म्हणजे... एखाद्या माणसाला जर प्रगतीच कराविशी वाटत नसेल तर त्याच्यात काहीतरी मूलभूत कमतरता... अपरिपक्वता असणार."

"मिस हालबर्टन स्मिथ, मला आजपर्यंत तुझ्यातही कधी ती महत्त्वाकांक्षेची ठिणगी पेटलेली दिसली नाही किंवा एखाद्या महत्त्वाकांक्षी माणसाशी लग्न केल्यानंतरच मला स्वतःची खरी ओळख पटेल, अशी जर तुझी समजूत असेल, तर तू एक जुन्या विचारांची मुलगी आहेस, असं मी म्हणेन."

"हा चहा बेचव आहे," प्रिसिला म्हणाली. "आणि तितकाच तूही बेचव आहेस. एरवी तुझं बोलणं किती छान, समजूतदार असतं."

"प्रिसिला तू तर आत्ताच मला कमजोर, अपरिपक्व म्हटलंस आणि तरीही मी तुझ्याशी छान, समजूतदारपणे वागावं अशी तुझी अपेक्षा आहे?"

''ठीक आहे बाबा, माझं चुकलं,'' हॅमिशच्या, खांद्यावर हात ठेवत प्रिसिला म्हणाली. ''सॉरी हॅमिश. चल, आपण पुन्हा पहिल्यापासून सुरू करूया. म्हणजे बघ, मी नुकतीच तुझ्या घरी आलेय. तू कसलं तरी पेय माझ्यासमोर आणून ठेवलंयस. आपण थॉमस कुटुंबाबद्दल चर्चा करतोय.''

हॅमिश तिच्याकडे पाहून मोकळेपणाने हसला. त्याच्या मनावरचा ताण निघून गेला होता. प्रिसिलाबरोबर असलेल्या मैत्रीचं मोल तो जाणून होता आणि कोणत्याही परिस्थितीत त्याला ती दोस्ती तोडायची नव्हती.

प्रिसिलाही हसली व तिने समाधानाचा उसासा सोडला. हॅमिश हा उंच, सडपातळ, आणि कोणतीही महत्त्वाकांक्षा नसलेला सामान्य पुरुष होता, पण त्याच्यापाशी एक मोहवणारं निर्मळ हास्य होतं. जेव्हा त्याच्या चेहऱ्यावर ते हास्य पसरत असे, तेव्हा तो जणू प्राचीन, सत्ययुगातील काळातून थेट आपल्यासमोर अवतरलाय असा तिला भास होई. जॉन बर्लिंग्टनसारखा इसम मात्र अशा निष्पाप, निरागस विश्वाशी पूर्ण अनभिज्ञ होता.

''हां, तर आपण थॉमस कुटुंबाबद्दल बोलत होतो,'' ती म्हणाली. ''इतरांकडून कामं करून घेण्यात ट्रिक्सी तरबेज दिसतेय. तिचं घर लावण्यासाठी, तिची सरबराई करण्यासाठी अर्धं गांव तिच्या घरी लोटलंय.''

''कुठली आहेत ही माणसं?''

''एजवेअर, उत्तर लंडन.''

''लंडनमध्ये तर नोकऱ्यांचा सुकाळ आहे,'' हॅमिश म्हणाला. ''इथल्यासारखी तिथे परिस्थिती नाही. मग पॉल थॉमस बेकार भत्त्यावर का जगतोय?''

''कदाचित तो तिथे असताना नोकरी करत असावा किंवा इथे येण्यासाठी त्याने मुद्दाम नोकरी सोडली असावी. तू त्यांची फारच चौकशी करतोयस.''

''का कुणास ठाऊक पण मला उगीचच वाटतंय की हे कुटुंब आपल्या गावाला त्रासदायक ठरण्याची शक्यता आहे.'' एकेक शब्द सावकाश उच्चारत तो म्हणाला.

इतक्यात दरवाजावर थाप पडली आणि हॅमिशने दार उघडलं. दरवाजात जॉन बर्लिंग्टन उभा होता. ''प्रिसिला इथे आहे?'' त्याने विचारलं. ''बाहेर तिची गाडी दिसतेय.''

''हो, मी इथेच आहे,'' खुर्चीतून उठत प्रिसिला मोठ्याने म्हणाली, तिने दोघांची एकमेकांशी ओळख करून दिली. तिला पाहताच जॉन बर्लिंग्टनचा देखणा चेहरा खुलला. ''सिल्ला, असं वाटतंय की बराच काळ आपण एकमेकांना भेटलेलो नाही,'' तो म्हणाला. ''सगळेजण बाहेर उभे आहेत.''

प्रिसिला आणि जॉन बाहेर पडले. पोलीस स्टेशनमध्ये जाऊन हॅमिश टेबलावर पडलेले कागद उगाचच चाळू लागला व मग त्याने ते कागद ड्रॉवरमध्ये ठेवून दिले.

सिल्ला! वा, काय नाव आहे! बाहेर त्यांचा हसण्याचा आवाज येत होता. जॉन बर्लिंग्टनचं बोलणं त्याला ऐकू येत होतं. तो म्हणत होता, "आपली सिल्ला काय करत होती हे ऐकलंत तर तुम्ही चाट पडाल. गावच्या हवालदाराबरोबर ती चक्क चहा पित बसली होती. डार्लिंग, तुझ्यासारख्या इतक्या गोड आणि सुंदर मुलीने हे असं वागावं?" तो आपल्यासोबत सगळ्यांना घेऊन आला होता.

हॅमिश शांतपणे खुर्चीत बसला. आपल्याला प्रिसिला अजून नीट समजलेलीच नाही असं त्याला वाटलं. असल्या थिल्लर लोकांबरोबर आपली कधीच मैत्री जुळली नसती असा विचार त्याच्या मनात आला, पण खरं तर मत्सरामुळं तो आतल्या आत जळू लागला होता.

त्या रात्री घरी आल्यावर डॉ. ब्रॉडीला एक वेगळाच गंध जाणवू लागला. फर्निचरवर मारलेल्या पॉलिश व जंतुनाशकांचा वास घरभर भरून राहिला होता. एवढी सारी स्वच्छता करून एंजेला तर पार दमून गेलेली असणार. आपलं घर नेहमीच असं स्वच्छ असावं असं त्याला वाटे. तो टेबलापाशी येऊन बसला.

एंजेलाने तयार भाताची व आमटीची दोन बंद पाकिटे उकळत्या पाण्यातून काढली आणि उघडून टेबलांवर ठेवलेल्या दोन प्लेट्समध्ये निम्मी निम्मी वाढली.

"मांजर कुठे आहे?" भातामध्ये आंब्याचं लोणचं कालवत डॉक्टरने विचारलं.

"मी त्याला बागेत कोंडून ठेवलंय. आपण जेवत असताना ती टेबलावर चढून बसतात आणि मांजरांच्या अंगांवर असंख्य जंतू असतात."

"आपल्या घरातल्या मांजरांच्या अंगांवरचे जंतू निदान आपल्याला बाधत नाहीत, असं इतक्या वर्षांच्या अनुभवानंतर माझं तरी मत झालंय." ग्लासमध्ये वाईन ओतत तो म्हणाला. "अचानक तुला जंतूंची भीती कशी वाटू लागली?"

"ट्रिक्सी म्हणते की मांजरासारखा धोकादायक प्राणी नाही. शिवाय घरभर पसरलेल्या केसांचा मलाही वैताग आलाय."

"बिच्चारं मांजर," डॉक्टर म्हणाला पण तोपर्यंत त्याची बायको पुस्तकात डोकं खुपसून बसली होती.

त्याचा भात खाऊन झाला होता. "जेवणानंतर गोड काय आहे?" त्याने विचारलं.

"बाजारातून आणलेल्या ह्या तयार पदार्थांनी पोट भरल्यासारखं वाटत नाही."

एंजेला उठली. "मी बटरस्कॉच पुडिंग बनवलंय," ती म्हणाली, "ट्रिक्सीने मला शिकवलं."

ती नवऱ्यासाठी पुडिंग घेऊन आली. त्याने पुडिंगचा एक छोटा तुकडा जिभेवर ठेवला आणि त्याचे डोळे चमकले. "फारच चविष्ट आहे," तो म्हणाला. "उत्कृष्ट,

तू तर एकदम सुगरण झालीस.''

''ट्रिक्सीच्या मदतीशिवाय मी हे करूच शकले नसते.''

''देव ट्रिक्सीचं भलं करो,'' स्वयंपाकघराच्या नव्या रूपाकडे कौतुकाने पाहत डॉक्टर म्हणाला.

तो बोलला खरा, पण येत्या काही आठवड्यांतच त्याला आपल्या बोलण्याचा पश्चात्ताप होणार होता.

जुलैचा उन्हाळा सुरू झाला. दिवस लांबट व घामट झाले. तुरळक पावसाच्या सरी आणि गरम वाऱ्यांसोबत डास आणि माश्यांचे थवे गावात घुसले. ट्रिक्सीचं लॉज सज्ज झालं होतं. घराबाहेर मोठी पाटी लटकलेली होती. ''दि लॉरेल्स, बेड अँड ब्रेकफास्ट.'' तिला पहिलं गिऱ्हाईक मिळलं होतं. ग्लासगोवरून एक कुटुंब तिच्या लॉजवर राहायला आलं होतं. खंगलेल्या चेहऱ्याची स्त्री आणि तिची मस्तीखोर मुलं आणि गावातून रात्रीबेरात्री भुतासारखा भटकणारा फाटक्या अंगाचा पण शांत असा एक माणूस.

थॉमस कुटुंबापासून हॅमिश बराच काळ मुद्दामच दूर राहिला होता, पण एक दिवस त्याने पॉलला बागेत काम करताना पाहिलं. जवळपास ट्रिक्सी असल्याची काही खूण दिसत नाही हे पाहून तो आत शिरला.

हॅमिशला पाहून पॉलने काम थांबवलं आणि म्हणाला, ''मला इथे भाज्या पिकवायची इच्छा आहे, पण खूप मेहनत घ्यावी लागेल असं दिसतंय. बरीच वर्ष इथल्या जमिनीकडे कुणी लक्ष दिलेलं नाही.''

''मिसेस थॉमस कुठे आहे?'' हॅमिशने विचारलं.

''ती बाहेरगावी गेलीय. मला वाटतं, इन्व्हर्नेसला.''

''तुझं काम खरंच खूप कष्टाचं आहे,'' हॅमिश त्याला सहानुभूती दाखवत म्हणाला. ''आर्ची मॅक्लिनकडे एक फिरता नांगर आहे. तो जमिनीत खोल घुसतो. तो जर मासे पकडायला गेला नसला तर तो नक्की तुला तो वापरायला देईल. चल, येतोस माझ्याबरोबर? आपण जाऊन त्याला विचारू या.''

''तू तर माझं फार मोठं काम करतोयस, चल.'' पॉलने हातातली कुदळ फेकून दिली. पायजम्याला हात पुसले आणि तो हॅमिशबरोबर चालू लागला.

''लंडनपेक्षा तुला लॉचडभ खूप वेगळं वाटत असेल ना?'' डासांपासून बचाव करण्यासाठी चेहऱ्यावर मलम लावत हॅमिशने त्याला विचारलं.

''मला वाटतं की इथे मी माझ्या मनासारखं काहीतरी करू शकेन,'' पॉल म्हणाला.

''एक नवीन सुरुवात. आयुष्यात मी फार मोठं कर्तृत्व दाखवू शकलो नाही. ट्रिक्सी हा माझ्या आयुष्यात घडलेला चमत्कार आहे. तिच्याशिवाय मी दुबळा आहे.''

"लंडनमध्ये तू काय करत होतास?"

"सांगण्यासारखं काहीच नाही. सटरफटर-किरकोळ काम. मुख्य अडचण ही होती की माझं वजन वाढत चाललं होतं. मी खूप लठ्ठ होत होतो. मला तर चालणंही मुश्किल झालं होतं आणि लठ्ठपणामुळे माझी भूक मात्र वाढत होती. एखाद्या वावटळीसारखी ट्रिक्सी माझ्या आयुष्यात आली. तिने माझा पूर्ण ताबा घेतला आणि माझं पथ्यपाणी सुरू केलं. मी राहत होतो, ते माझ्या मालकीचं घर होतं. माझं म्हणजे, आईमुळे मला मिळालेलं. ट्रिक्सीने सुचवलं की ते घर विकून आपण इथे येऊन राहूया. इथे माझ्या मनासारखी एक बाग बनवायची माझी फार इच्छा आहे. माझ्या कष्टातून काहीतरी उगवावं आणि त्याची माझ्याकडून नीट निगराणी राखली जावी असं मला फार वाटतं. मला काय म्हणायचंय ते तुझ्या लक्षात येतंय ना?"

हॅमिशने मान डोलावली व म्हणाला, "पण तुला तिथली नाटकं, सिनेमे आणि शहरातली एकूणच मजा आपण गमावलीय असं नाही वाटत?"

"नाही, माझ्या वाट्याला फारशी मजा कधी आलीच नाही. इथली शांतता मला फार आवडली आणि माणसंदेखील चांगल्या स्वभावाची आहेत. सर्वांनी आम्हाला खूप मदत केली, पण याचं श्रेय ट्रिक्सीला जातं. सर्वांना ती आवडते. ह्या गावासाठी खूप काही करण्याचा तिचा मानस आहे. ती आता लॉचडभ पक्षी निरीक्षण व संरक्षण केंद्र सुरू करतेय. आज रात्री तिच्या समितीची पहिली बैठक आपल्या चर्चमध्ये होणार आहे."

"लहान मुलं खूश होतील," हॅमिशने सावधपणे आपलं मत मांडलं. "पक्ष्यांच्या बाबतीत ती फार खोलात शिरणार नाही अशी मला आशा आहे. कारण इथल्या काही लोकांचा पालापाचोळा असलेल्या दलदलीच्या जागा खोदण्याला तीव्र विरोध आहे. त्यांच्या मते डोक्यावर तुरा असलेल्या पक्ष्यांची तिथे घरटी आहेत, पण मला वाटतं की वेगवेगळ्या पक्ष्यांचं निरीक्षण करणं एवढाच मिसेस थॉमसचा हेतू असावा."

"हो, बहुतेक," पॉल त्याच्या म्हणण्याला दुजोरा देत म्हणाला. "पण हाती घेतलेलं काम तडीला नेल्याशिवाय ती स्वस्थ बसत नाही. ती तर लॉचडभ स्वच्छता अभियान सुरू करतेय."

"नैतिक स्वच्छता?"

"नाही, केरकचरा निर्मूलन."

हॅमिशने सभोवार एक नजर टाकली. त्याला रस्त्यावर कागदाचा एक चिटोराही दिसला नाही.

"आणि धूम्रपानविरोधी मंडळ स्थापण्यासाठी ती डॉक्टर ब्रॉडीला भेटणार आहे."

"बापरे! ही गोष्ट मात्र तिच्या अंगाशी येऊ शकते." हॅमिश म्हणाला. "कारण डॉक्टर ब्रॉडी म्हणजे स्वत:च एक धुराडं आहे."

"ठाऊक आहे मला. ट्रिक्सीच्या मते ती लांच्छनास्पद गोष्ट आहे. त्याच्या ह्या वाईट सवयीमुळे तो आपल्या रुग्णांमध्ये कॅन्सर पसरवतो आहे. इतकंच काय तर त्याच्यासाठी कशाप्रकारचं जेवण बनवायचं याचा सल्लाही ती एंजेलाला देणार आहे. त्यांच्या घरी प्रत्येक पदार्थाच्या जोडीला बटाट्याचे चिप्स असतात. म्हणजे कोलेस्टेरॉलची रेलचेल."

पॉलचं बोलणं ऐकून हॅमिश अस्वस्थ झाला. "लोकांच्या आयुष्यात तिने ढवळाढवळ करू नये," तो म्हणाला. "ब्रॉडी आज सत्तावन वर्षांचा आहे पण दिसतो चाळिशीचा. तो एकही दिवस आजारी पडल्याचं मला आठवत नाही."

"अरे, पण त्याचं भलं कशात आहे हे ट्रिक्सीला पक्कं ठाऊक आहे." पॉल सहजपणे बोलून गेला. त्यानंतर एकही शब्द न बोलता दोघेही चालत राहिले. हॅमिशला अचानक काही वर्षांपूर्वी लॉचडभमध्ये राहणाऱ्या त्या किडकिडीत प्रकृतीच्या डेव्हिड क्युरीची आठवण झाली. त्याची आई अगदी हुकूमशाही वृत्तीची होती पण त्याचं आईवर नि:स्सीम प्रेम होतं. "आई करते ते भल्यासाठीच," हे वाक्य कायम त्याच्या तोंडी असे आणि मग एका रात्री तो पिऊन तर्र झाला आणि हातात कुऱ्हाड घेऊन रस्त्यावर आईच्या मागे धावला. जीव घेऊन पळणाऱ्या त्या स्त्रीची सुटका अखेर हॅमिशला करावी लागली होती. त्यानंतर ते दोघे एडिंबर्गला निघून गेले.

आर्ची मॅक्लेन घरीच होता. त्याने हसून हॅमिशचं स्वागत केलं पण त्याच्या मागे उभ्या असलेल्या पॉलकडे लक्ष जाताच त्याच्या चेहऱ्यावरचं हसू मावळलं. आपल्याकडचा नांगर द्यायला तो राजी झाला असला तरी पॉलशी मात्र तो इतक्या रुक्षपणे का वागत होता, हे हॅमिशला कळेना.

त्या दुपारी हॅमिश व पॉलने बागेतील जमीन नीट खणून व नांगरून काढली. मग हॅमिश त्याला चहा पाजण्यासाठी पोलीस स्टेशनवर घेऊन आला. त्याने पॉलसमोर चहाची किटली, दोन कप आणि एका प्लेटमध्ये चॉकलेट, बिस्किटं ठेवली. इतक्यात फोन वाजला.

पॉलला सोडून तो फोन उचलण्यासाठी बाहेरच्या खोलीत आला. स्ट्रॅथबेनवरून डिटेक्टिव्ह चीफ इन्स्पेक्टर ब्लेअर बोलत होता. "काय रे गांवढळ माणसा, कसा आहेस?" ब्लेअरने विचारलं.

"मजेत," हॅमिश म्हणाला.

"गावात काही गडबड?"

"छे, अजिबात नाही."

"नशिबवान आहेस लेका," ब्लेअर गुरगुरला. "हे बघ, नवा सुपरिंटेंडंट, पीटर

डेव्हियट लॉचडभला मासेमारीची हौस भागवायला येतोय. तो लॉचडभ हॉटेलवर उतरणार आहे. तू त्याच्या नजरेसही पडता कामा नये.''

''का?''

''तुझ्याच भल्यासाठी सांगतोय, मूर्खा. तू जर बिनकामाचा आळशासारखा बसून असल्याचं त्याने पाहिलं तर तो तुझ्या पोलीस स्टेशनला टाळं ठोकेल.''

''आणखी काही काम?''

''नाही,'' ब्लेअर पुन्हा गुरगुरला. ''डेव्हियटपासून दूर राहा. मी तुला निक्षून सांगतोय.''

हॅमिशने वैतागून फोन ठेवून दिला.

एक मिनिटभर विचार करून त्याने लॉचडभ हॉटेल मॅनेजर मिस्टर जॉन्सनला फोन लावला.

''मित्रा, जर मी तुला महिनाभर माझ्याकडची ताजी अंडी फुकटात पुरवली तर तुला चालेल?''

''नक्कीच चालेल,'' मॅनेजर म्हणाला. ''सालमोनेला बॅक्टेरियाची भीतीच वाटते. प्रत्येकाला ताजी आणि चांगली कोंबड्यांची अंडी हवी आहेत. माझ्याकडची अंडी भरपूर उकडून व कॉफीत बराच वेळ बुचकळून त्यांना तपकिरी रंग चढवून मगच मी ती गिऱ्हाईकांना देतो, पण चुकून जर कुणाला त्यातून विषबाधा झालीच तर मात्र माझ्यासमोर धर्मसंकट उभं राहील, पण मला सांग, त्या बदल्यात तुला काय हवंय?''

''मिस्टर डेव्हियट म्हणून कुणी तुझ्या हॉटेलमध्ये आले आहेत का?''

''हो. नुकतेच आले आहेत.''

''मग आज रात्री तू माझ्यासाठी एक टेबल बुक कर आणि दोन माणसांच्या जेवणाची व्यवस्था कर.'' हॅमिश म्हणाला.

''झाली समज, फक्त तू शॅम्पेन मात्र मागवू नकोस.''

हॅमिशने त्यानंतर टॉमेल कॅसलमध्ये फोन लावला. तिथल्या आचाऱ्याने फोन उचलला. प्रिसिलाशी बोलायचंय असं हॅमिशने त्याला सांगितलं. ''कोण बोलतंय?'' आचाऱ्याच्या आवाजात संशय होता. ''जेम्स फोदरिंग्टन,'' खास उच्चभ्रू हेल काढत हॅमिशने उत्तर दिले.

''हो सांगतो ना साहेब,''आचारी अजिजीने म्हणाला.

प्रिसिला फोनवर आली. ''हॅलो हॅमिश,'' ती म्हणाली. ''तूच बोलतोयस ना?''

''हो. आज रात्री लॉचडभ हॉटेलात तू माझ्याबरोबर जेवायला येशील?''

बराच वेळ पलीकडून काही आवाज आला नाही. हॅमिश अधीरपणे तिच्या उत्तराची वाट पाहत राहिला.

"हो, येईन," अखेर प्रिसिला म्हणाली. "पण आपण डचला जाऊया. मिस्टर जॉन्सनने इथल्या किंमती फारच वाढवल्या आहेत."

"तू त्याची फिकीर करू नकोस. माझ्याकडे पैसे आहेत," हॅमिश म्हणाला.

"ठीक आहे. कधी भेटायचं?"

"आठ वाजता. आणि... म्हणजे... प्रिसिला तू जर एखादा भारी ड्रेस घातलास... तर..."

"का?काही विशेष कारण?"

"नाही. तसं काहीच नाही."

"बरं, रात्री भेटूया."

हॅमिश स्वयंपाकघरात परतला. पॉल निघून गेला होता. अर्थात सगळी बिस्किटं फस्त करूनच. इतकंच नाही तर प्लेटवर जॅमचे डाग पडलेले दिसत होते. म्हणजे पठ्ठ्याने जॅम लावून चॉकलेट बिस्किटं खाल्ली होती. ही म्हणजे अधाशीपणाची कमाल होती. त्याच्या तोंडात अजून दात शिल्लक असले तर ते मोठं आश्चर्यच म्हणावं लागेल.

त्या संध्याकाळी जेव्हा डॉ. ब्रॉडी आपल्या घरी जेवायला बसला, तेव्हा त्याच्या प्लेटमध्ये गुलाबी रंगाच्या उकड्या तांदुळाचा भात वाढलेला होता. त्याच्या बायकोने ग्लासात नासपती फळाचा रस ओतला. हातातल्या काट्याने भात चिवडत त्याने विचारलं, "हे काय वाढलंयस तू?"

"ट्यूना फिश राईस," एंजेला अभिमानाने म्हणाली.

"बाटलीतली ट्यूना पेस्ट भातात कालवून खायची. शिवाय तुझ्यासाठी मी खास गव्हाच्या पिठाचा पावही भाजलाय."

डॉ. ब्रॉडीने हातातला काटा शांतपणे प्लेटमध्ये ठेवून दिला. त्याने आपल्या बायकोकडे निरखून पाहिलं. तिचे केस कुरळे झाले होते व मधेमधे चंदेरी रेघा चमकत होत्या. नव्या कोऱ्या निळ्या जिन्सवर तिने स्ट्रॉबेरीची नक्षी असलेला पांढरा ढगळ शर्ट घातला होता व पायातही पांढरे कॅनव्हासचे बूट होते. मधल्या काळात जे बदल घडले होते त्याबद्दल डॉक्टरने एकदाही तक्रार केली नव्हती. आपली बायको नव्या गोष्टींमधे रस घेऊ लागली आहे, ह्याचा त्याला आनंद झाला होता. खरं तर ह्या नव्या जीवनशैलीला कंटाळून ती लवकरच पूर्वपदावर येईल याची त्याला खात्री वाटत होती. आजचा दिवस त्याच्यासाठी खूपच त्रासदायक व कंटाळवाणा गेला होता. तो थकून गेला होता व त्याला खूप भूक लागली होती. धुवून-पुसून लख्ख केलेलं घरही त्याला निर्जीव, भकास वाटू लागलं.

तो उठून उभा राहिला.

"कुठे निघालास?" एंजेलाने विचारलं.

"लॉचडभ हॉटेलमधे जाऊन पोटभर जेवतो. तिथे एक नवीन स्वयंपाकी आलाय असं मी ऐकलंय. येतेस माझ्याबरोबर?"

"वेड्यासारखं वागू नकोस." एंजेला म्हणाली. तिच्या डोळ्यात अश्रू उभे राहिले. "अख्खा दिवस मी राबराब राबले. घराची स्वच्छता केली, पाव भाजत राहिले..."

डॉक्टर ब्रॉडी बाहेर पडला व शांतपणे त्याने दरवाजा बंद केला.

एंजेला खुर्चीत बसून बराच वेळ रडली. ट्रिक्सी म्हणाली होती की तो बाहेरचं अन्न, स्वस्तातली वाईन आणि सिगरेटी ओढून मृत्यूलाच आमंत्रण देतोय. तिने त्याच्यासाठी केवढे कष्ट घेतले होते आणि तो मात्र तिच्याकडे पाहून उपहासाने हसला होता. अखेर तिने डोळे पुसले. पक्षी निरीक्षण केंद्राची आज बैठक होती. ट्रिक्सी तिथे असणार होती आणि डॉक्टरच्या बाबतीत आता कसं वागायचं हे तिला नक्कीच ठाऊक असणार होतं.

मिसेस डेव्हियट आपल्या नवऱ्याला म्हणाली, "तिकडे बघ, खानदानी जोडपं दिसतंय." सुपरिंटेंडंट मेनू कार्ड वाचत होता. त्याने मान उंचावून पाहिलं. जुन्या पद्धतीचं डिनर जॅकेट घातलेला उंच, सडपातळ आणि चमकदार लाल केसांचा पुरुष एका सोनेरी केसांच्या उंच तरुणीला घेऊन हॉटेलात शिरत होता. तिने आखूड स्कर्ट व त्यावर हिरव्या रंगाचा स्ट्रॅपलेस ब्लाऊज घातला होता. तिच्या पायातले सिल्कचे हिरवे बूट चटकन लक्ष वेधून घेत होते. ऑर्डर घेण्यासाठी जेव्हा त्यांच्या टेबलापाशी वेटर आला, तेव्हा "पाहुणे दिसताहेत, होय ना?" त्या जोडप्याकडे बोट दाखवत मिस्टर डेव्हियटने वेटरला विचारलं.

"छे छे," वेटर म्हणाला, "ती मिस हालबर्टन-स्मिथ आहे आणि तो मिस्टर मॅक्बेथ, इथला पोलीस इन्स्पेक्टर."

"त्यांना आम्ही बोलावलंय म्हणून सांग," मिसेस डेव्हियट म्हणाली. ती सामाजिक प्रतिष्ठेला फार महत्त्व देणारी स्त्री होती. घरी परतल्यावर आपण हालबर्टन-स्मिथ घराण्यातील एकीबरोबर जेवण घेतलं, असं ती आपल्या मैत्रिणींना मोठ्या अभिमानाने सांगणार होती.

काही वेळातच हॅमिश व प्रिसिला त्यांच्या टेबलापाशी येऊन बसले होते. "मला वाटतं की आपण आपल्या पहिल्या नावांनीच एकमेकांशी बोलूया." मिसेस डेव्हियट अधीरतेने म्हणाली, "मी मेरी आणि हा माझा नवरा, पीटर."

"प्रिसिला आणि हॅमिश," ओळख करून देत प्रिसिला म्हणाली.

फारसा विचार न करता आपण भावनेच्या भरात इथे यायचा निर्णय घेतल्याबद्दल

हॅमिशने मनातल्या मनात स्वत:लाच शिव्या घातल्या. प्रिसिलाच्या सहवासातली आजची सुंदर संध्याकाळ आपण दुसऱ्या एखाद्या छानशा हॉटेलात साजरी करायला हवी होती. मेरी डेव्हियट ही बुटकी, लठ्ठ व भडक पोशाख केलेली स्त्री होती. इंग्लिश माणसासारखं बोलण्याचा ती आव आणत असली तरी तिचे स्कॉटिश उच्चार लपू शकत नव्हते. तिचा नवरा लहान चणीचा सडपातळ बांध्याचा होता. त्याचे केस, डोळे व चेहरादेखील करडा होता. "तू मॅक्बेथ आहेस तर," हॅमिशला न्याहाळत तो म्हणाला.

"मला हॅमिश म्हण पीटर," हॅमिश मधाळ आवाजात म्हणाला.

त्यानंतर मेनू ठरविण्यात बराच वेळ गेला. "फारच महागडं दिसतंय हे हॉटेल." अखेर मिस्टर डेव्हियट म्हणाला. त्याने वेटरला बोलावंल. "हॉटेलने आजच्या दिवसासाठी जो मेनू ठरवलाय तोच आम्हाला चालेल."

"तुला काहीतरी वेगळं मागवायचं आहे का?" हॅमिश प्रिसिलाला म्हणाला.

"नाही, डार्लिंग... मलाही तेच चालेल." प्रिसिला शांतपणे म्हणाली.

प्रिसिला चिडलीय हे हॅमिशच्या लक्षात आलं. सुपरिंटेंडंटशी ओळख करून घेण्याकरता आपण तिचा वापर केलाय हे तिच्या ध्यानात आलंय. त्याच्या पोटात खड्डा पडला.

"ग्लोरियसची तयारी झाली?" मिसेस डेव्हियटने प्रिसिलाला विचारलं.

"मला म्हणायचंय बारावी ग्लोरियस स्पर्धा. इथली नेमबाजीची स्पर्धा." मिसेस डेव्हियटने स्पष्टीकरण दिले.

"माझे वडील त्यात भाग घेतात," प्रिसिला म्हणाली. "मी आता शूटिंग करत नाही आणि मारण्यासाठी पक्षी तरी कुठे शिल्लक उरलेत?"

हॅमिशने क्लॅरेट रेड वाईनची बाटली मागवली. मिस्टर डेव्हियटसमोर त्याने वाईन कार्ड ठेवलं. "मी तुमच्यातलीच वाईन घेईन." सुपरिंटेंडंट म्हणाला.

"मागे इथे ग्राऊज पक्ष्याची शिकार करणाऱ्या एका इसमाचा खून झाला होता. त्या खून प्रकरणाचा छडा तू लावला होतास ना?" मिस्टर डेव्हियटने हॅमिशला विचारलं.

"हो."

"मला ती हकिगत नीट ऐकायचीय. त्यावेळेस मी स्ट्रॅथबेनला होतो."

हॅमिश त्याला सांगू लागला आणि इकडे प्रिसिलाला मात्र मिसेस डेव्हियटचं रूक्ष व रटाळ बोलणं, मुकाट ऐकावं लागत होतं.

वेटर पहिली डिश घेऊन आला 'सामन-मूस'! प्लेटमधे सजावट जास्त व सामन मासे कमी, असा प्रकार होता.

"मी ऐकलं की इथला नवीन शेफ वेगळ्या प्रकारच्या चवदार डिशेस बनवतो."

मिसेस डेव्हियट म्हणाली.

"मला नाही आवडत हे नवीन प्रकार. दिसायला आकर्षक असतात, पण पोट मात्र भरत नाही."

तिने हॅमिशकडे एक कटाक्ष टाकला. सुपरिंटेंडंटशी बोलण्यात तो अगदी रंगून गेला होता. हॅमिशला मिस्टर डेव्हियट फारसा आवडला नव्हता पण त्याची हुषारी मात्र जाणवली होती.

जॉन बर्लिंग्टनला आपण साफ विसरून गेलो याची प्रिसिलाला अचानक जाणीव झाली आणि त्याचं आश्चर्य वाटलं. पण त्याने याक्षणी इथे प्रगट होऊन आपल्याला मिसेस डेव्हियटच्या तावडीतून सोडवावं असं तिला तीव्रतेने वाटलं. मिसेस डेव्हियट प्रिसिलाच्या कपड्यांकडे, नेकलेसकडे निरखून पाहत त्यांच्या किंमतीचा मनातल्या मनात अंदाज बांधत होती.

वेटरने आणलेली दुसरी डिश म्हणजे पहिलीचीच पुनरावृत्ती होती. एका छोट्याशा गोल टोस्टवर एक छोटा फिलेटचा तुकडा, मशरुम्स, गाजर आणि थोडे ट्राऊट मासे. हॅमिशने एकवार त्या प्लेटकडे नजर टाकली व मनातल्या मनात हॉटेलला कबूल केलेल्या अंड्यांची संख्या तीस टक्क्यांनी कमी केली. त्याने कोपऱ्यात उभ्या असलेल्या मिस्टर जॉन्सनकडे रागाने पाहिले. बिचारा मॅनेजर धावत हॅमिशपाशी आला.

"सगळं ठीक आहे ना?" मॅनेजरने हॅमिशला अदबीने विचारलं. पाठीमागून कुणाच्यातरी जोरजोरात बोलण्याचा आवाज आला. मिस्टर जॉन्सन झर्रकन मागे वळला. डॉक्टर ब्रॉडीने चिडून खुर्ची खाली पाडली होती व तो तावातावाने हॉटेलच्या बाहेर पडत होता.

"मी आलोच," असं म्हणत मॅनेजर डॉक्टरच्या पाठीमागे धावत गेला.

"तर मग लॉचडभमधे यापुढे एकही खून पडणार नाही," मिस्टर डेव्हियट म्हणाला.

"अशी आपण आशा करूया," हॅमिश म्हणाला. "पण आपल्या समाजात हिंसाचाराला उद्युक्त करणारी काही विघ्नसंतोषी माणसं असतात."

"काय म्हणायचंय तुला?"

"लोकांमधे भांडणं लावून ते परिस्थितीच अशी निर्माण करतात की एखादा माणूस खून करायला प्रवृत्त होतो."

"असल्या गोष्टींवर माझा अजिबात विश्वास नाही." सुपरिंटेंडंट म्हणाला. "सर्व खून हे नेहमी दारू किंवा ड्रग्जच्या नशेत केले जातात किंवा खून करणारा माणूस हा जन्मतःच गुन्हेगारी वृत्तीचा असतो. कुणीही दुसऱ्याला खून करायला भाग पाडू शकत नाही."

“मला वाटतं की अनेकदा असं भाग पाडलं जाऊ शकतं,” प्रिसिला म्हणाली. “ती एक प्रकारची आत्महत्या असते. तुम्ही स्वत: ती करत नाही, पण तुम्ही दुसऱ्याचा मानसिक तोल बिघडवून टाकता.”

“पोलीस खात्यामध्ये असल्या फसव्या मानसशास्त्राला मी कधीच स्थान देणार नाही,” मिस्टर डेव्हियट म्हणाला. “आता आनुवंशिक, हाताच्या बोटांचे ठसे आणि न्यायवैद्यकशास्त्र यांमध्ये कमालीची प्रगती झाली आहे.”

तो आणि हॅमिश पुन्हा वेगवेगळ्या खुनाच्या केसेससंबंधी बोलण्यात गुंतले आणि प्रिसिला बिचारी पुन्हा मिसेस डेव्हियटच्या तावडीत सापडली. हॅमिशशी लग्न केलं तर आपल्यावर हीच परिस्थिती ओढवेल, प्रिसिला मनातल्या मनात विचार करू लागली, पण हॅमिशने स्वत:हून सुपरिंटेंडंटशी ओळख करून घेण्यात पुढाकार घेतला याचा अर्थ त्याच्यामध्ये महत्त्वाकांक्षेच्या खुणा दिसू लागल्या आहेत. या कल्पनेनेच प्रिसिला आनंदित झाली व शांतपणे मिसेस डेव्हियटने विचारलेल्या प्रश्नांना उत्तरं देऊ लागली.

वेटरने आईसक्रिम आणलं, पण प्रिसिलाला तेही विशेष आवडलं नाही.

“आपण पुन्हा भेटलं पाहिजे,” मिसेस डेव्हियटचं वाक्य अचानक तिच्या कानावर पडलं.

प्रिसिलाला काय बोलावं कळेना. अशा स्त्रीला पुन्हा भेटण्याचा विचारही तिच्या मनाला सहन होत नव्हता. पण हॅमिशच्या मनात जर बढती मिळवण्याचा विचार आला असला, तर त्याला मदत करणं हे ती स्वत:चं कर्तव्य समजत होती. शिवाय नव्या सुपरिंटेंडंटला भेटायला तिच्या वडिलांनाही नक्कीच आवडलं असतं.

“उद्या तुम्ही आमच्या घरी जेवायला या,” ती म्हणाली. “रात्री आठ वाजता. टॉमेल कॅसल. तुम्हाला रस्ता ठाऊक आहे ना?”

“हो, आहे ना,” मिसेस डेव्हियट खूश होऊन म्हणाली. “पीटर, प्रिसिलाने उद्या आपल्याला जेवायला बोलावलंय.”

“अरे वा, थँक्स,” मिस्टर डेव्हियट म्हणाला.

“थँक यू, प्रिसिला,” हॅमिशने चटकन स्वत:लाही त्या आमंत्रणात सहभागी करून घेतलं.

हॅमिशला बोलावल्याबद्दल आपल्या वडिलांची काय प्रतिक्रिया होईल ह्या विचाराने प्रिसिला किंचित अस्वस्थ झाली.

जेवण संपल्यावर मिस्टर डेव्हियटने आपल्या बिलावर सही केली. बिलाचे पैसे मी उद्या मॅनेजरला देईन असं हॅमिशने वेटरला मोठ्या रुबाबात सांगितलं.

सर्वजण बाहेर पडले. हॅमिश थोडा मागे घुटमळला. “जेवण कसं वाटलं,” मिस्टर जॉन्सनने त्याला विचारलं.

"मूर्खासारखा विचारतोस काय?'' हॅमिश चिडून म्हणाला. "मी उपाशी राहिलोय. लहान मुलाचंदेखील पोट भरलं नसतं. मी तुला म्हटलं होतं त्याच्या निम्मी अंडी मी तुला पाठवणार आहे.''

"चिडू नकोस. उद्यापासून आम्ही नवीन मेनू ठरवणार आहोत. डॉक्टर ब्रॉडीसुद्धा मघाशी संतापून निघून गेला. अख्ख्या गावानेच आज मला उपाशी ठेवायचा कट केलाय असं तो म्हणत होता.'' मॅनेजर म्हणाला.

हॅमिशने जलद पावलं टाकत इतरांना गाठलं आणि डेव्हियट जोडप्याला निरोप देऊन तो प्रिसिलाला तिच्या गाडीपर्यंत सोडायला गेला.

"हॅमिश, जेवणामधे काहीही अर्थ नव्हता.'' प्रिसिला म्हणाली. "पण आज मी तुला माफ केलंय. तू एखाद्या पोलीस सुपरिंटेंडंटबरोबर इतकी सलगी दाखवशील असं मला कधीच वाटलं नव्हतं. स्वत:च्या आयुष्याबद्दल काही महत्त्वाचे निर्णय घ्यायची हीच खरी वेळ आहे.''

हॅमिश गप्प बसला. केवळ ब्लेअरला जळवण्यासाठी आपण हा जेवणाचा घाट घातला हे तिला सांगायची त्याला हिंमत झाली नाही. त्याने हलकेच तिच्या गालावर ओठ टेकवले व तिला गाडीत बसवली. "तुला घरी सोडू मी?'' तिने विचारलं.

"नको. मी चालत जाईन.'' हात हलवत हॅमिशने तिला निरोप दिला. प्रिसिलाची गाडी निघून गेली.

बंदराच्या बाजूने जात असताना त्याला अचानक एक आकृती रस्त्याच्या पलीकडून घाईघाईने जाताना दिसली. गळाबंद कोट व टोपी खाली ओढल्यामुळे चेहरा झाकलेला असला तरी पायातल्या चमकत्या बुटांमुळे ती व्यक्ती म्हणजे ट्रिक्सी आहे हे हॅमिशने चटकन ओळखलं. आपल्याला कुणी ओळखू नये यासाठी तिने मुद्दाम दुसऱ्या दिशेला मान वळवली होती. हॅमिश वळला व तिच्याकडे लक्षपूर्वक पाहू लागला. ती हॉटेलच्या दिशेने चालली होती.

तिचं नेमकं काय चाललंय ह्याचा त्याला अंदाज येईना. पॉलचं बागकाम बंद करून तिने ते स्वत:च्या हातात घेतलं होतं. बिचारा पॉल घराबाहेरच्या भिंतीवर बसून तलावाकडे एकटक पाहत राहिलेला दिसायचा. मग त्याने ट्रिक्सीचा विचार डोक्यातून काढून टाकला आणि आपण जेवायला येणार हे समजताच कर्नल हालबर्टन-स्मिथचा चेहरा कसा होईल याची तो कल्पना करू लागला.

"सुपरिंटेंडंट आणि त्याच्या बायकोला तू जेवायला बोलावलंस याबद्दल माझी काहीच हरकत नाही,'' कर्नल चिडून म्हणाला. "पण त्या भिकारड्या इन्स्पेक्टरला मात्र मी माझ्या घरी येऊ देणार नाही.''

"तसं असेल तर,'' प्रिसिला शांतपणे म्हणाली. "मला त्या तिघांना एखाद्या हॉटेलमध्ये घेऊन जावं लागेल. हॅमिश नसला तर मिस्टर डेव्हियटचा मूडच

जाईल.'' इतक्यात त्यांच्या घरचा आचारी, जेन्किन्स, कर्नलसाठी व्हिस्की व सँडविचेस घेऊन आला व हळूच कर्नलच्या कानात काहीतरी कुजबुजला. कर्नल व आचारी खोलीच्या बाहेर निघून गेले. थोड्याच वेळात कर्नल हसतमुखाने परत आला व म्हणाला, ''मी तुझ्याशी विनाकारणच रागावून बोललो, प्रिसिला. तुझ्या त्या इन्स्पेक्टरलाही तू जरूर बोलाव.''

जेन्किन्सने आपल्या वडिलांना नक्की काय सांगितलं हे प्रिसिलाला समजेना. जेन्किन्सला हॅमिश अजिबात आवडत नसे. त्याने वडिलांना असं काहीतरी सांगितलं असणार की ज्यामुळे कोणत्याही परिस्थितीत उद्या हॅमिश आपल्याकडे जेवायला येऊ शकणार नाही याविषयी त्यांना पक्की खात्री पटलेली असणार. जेन्किन्सला त्यासंबंधी विचारण्यात काहीच अर्थ नव्हता कारण जेन्किन्सला ती ही आवडत नसे.

जेन्किन्स कॉफी घेऊन परत येईपर्यंत तिने शांतपणे वाट पाहिली. तो येताच ती खोलीतून बाहेर पडली आणि जिन्याखालच्या कामवालीच्या खोलीत शिरली.

कामवाली मिसेस अँगस नेहमीप्रमाणेच थोडीशी प्यायलेल्या अवस्थेत होती. ती जेन्किन्सला स्वयंपाकातही मदत करत असे. प्रिसिला तिच्याबरोबर उद्याचा मेनू ठरवू लागली व हळूच तिला म्हणाली, ''जेन्किन्सला हॅमिश मॅक्बेथबद्दल काही समजलंय का ग? हॅमिश उद्या नक्की इथं जेवायला येऊ शकणार नाही हे कुठून तरी त्याला समजलेलं दिसतंय.''

''अगदी बरोबर,'' व्हिस्की प्यायल्यामुळे मिसेस अँगसची जीभ जड झाली होती. ''अग तो नदीवरचा वॉचमन जेमी माहितीये ना, तो कुणाला तरी सांगत होता की हॅमिश मॅक्बेथ आज रात्री चोरून मासे पकडायला नदीवर येणार आहे. हॅमिश आणि जेमीचं संगनमत आहे. हॅमिश फक्त एकच मासा नेहमी घरी घेऊन जातो. तो जेमी फाटक्या तोंडाचा आहे. तो म्हणाला की हॅमिश पोलीस असून चोऱ्या करतो हे कुणीतरी मिस्टर डेव्हियटच्या कानावर घातलंय.''

''कोण अशी चुगली करेल? गावातलं तर कुणीच करणार नाही. जेन्किन्स?''

''जेन्किन्सने सांगितलेलं नसणार. सबंध दिवस तो घरातच होता. पण हॅमिश आज मध्यरात्री नक्कीच जाणार आणि मिस्टर डेव्हियट आज त्याला रंगेहाथ पकडणार.''

प्रिसिलाने घड्याळ पाहिले. साडे अकरा! ती धावत आपल्या खोलीत गेली. तिने झटपट लोकरीचा स्कर्ट व स्वेटर चढवला आणि पायात बूट चढवून ती मागच्या खिडकीतून गुपचूप खाली उतरली व गाडी घेऊन हॅमिशला शोधायला बाहेर पडली.

पोलीस स्टेशनमधे काळोख होता. तिने जोरजोरात दरवाजावर थापा मारल्या पण आतून काहीच प्रतिसाद आला नाही. तिने अ‍ॅन्स्टे नदीच्या दिशेने गाडी वळवली.

तिने नदीच्याजवळ गाडी थांबवली. हॅमिशची आवडती जागा तिला ठाऊक होती. ती काठाकाठाने वर चढू लागली. रिमझिम पाऊस पडायला सुरुवात झाली होती.

हॅमिश नदीच्या पाण्यात उतरला व त्याने गळ सोडला. त्याच्या पायांभोवती पाण्याचा बुद्बुद् आवाज येऊ लागला. हवेत पाईन वृक्षाचा व रानटी फुलांचा मिश्र गंध पसरला होता. अचानक त्याला कुणाच्यातरी पावलांचा आवाज आला. त्याने झटकन गळ गुंडाळला व तो समोरच्या काठाकडे जाऊ लागला. इतक्यात ओळखीचा आवाज कानावर पडल्याने तो जागच्या जागी थांबला. ''हॅमिश!''

''प्रिसिला?''

हॅमिश पाणी कापत आवाजाच्या दिशेने येऊ लागला. त्याला तिचा चेहरा अंधूक दिसला.

''पाण्यातून लवकर बाहेर ये,'' प्रिसिला दबक्या आवाजात म्हणाली. ''कुणीतरी तुझ्या ह्या चोरट्या मासेमारीबद्दल सुपरिंटेंडंटकडे चुगली केलीय आणि तो तुला पकडायला इथे येतोय. लवकर बाहेर पड! तुझ्याकडचं जाळं आणि गळ मला दे. मी ते झुडपात लपवते आणि पायातले भिजलेले बूटही काढून टाक.''

हॅमिशने तिच्या हातात गळ व जाळं दिलं व काठावर बसून त्याने बूट काढले. प्रिसिला वर चढून त्याच्यापाशी आली आणि ती गळ, जाळं व बूट झुडपात लपवण्यासाठी निघून गेली.

''आपण इथून लवकर सटकलेलं बरं.'' ती परत आल्यावर हॅमिश म्हणाला.

''शू:! ऐक जरा.''

प्रिसिला त्याच्याजवळ चिकटून उभी राहिली व दोघेही सावधपणे कानोसा घेऊ लागले. सळसळणाऱ्या फांद्यांचा आणि घसटत चाललेल्या बुटांचा आवाज त्यांना येऊ लागला.

''आपण एखादं प्रेमी युगुल असल्याचं नाटक करू या!'' प्रिसिला म्हणाली. ''माझ्या खांद्यावर हात टाक.''

हॅमिशने तिला घट्ट जवळ ओढले. तो एकदम उत्तेजित झाला. ''नाटक अचूक वठवलं पाहिजे,'' तो म्हणाला व खाली वाकून त्याचे तिचे चुंबन घेतले.

अचानक भोवतालचं विश्व गरगर फिरू लागलं. प्रिसिलाला मिठीत घेऊन तो एका अनोख्या दुनियेत हरवून गेला होता आणि एकदम त्याच्या चेहऱ्यावर प्रकाशाचा झोत आला. तो आणि प्रिसिला झटकन एकमेकांपासून विलग झाले.

हॅमिश भारावलेल्या अवस्थेत नि:स्तब्ध उभा होता.

''ह्याचा काय अर्थ होतो?'' प्रिसिला कुणाशी तरी तावातावात बोलत असल्याचं अर्धवट त्याला ऐकू आलं, पण तो आवाज खूप दुरून येत असल्यासारखा त्याला वाटला.

“व्हेरी व्हेरी सॉरी,” मिस्टर डेव्हियटचा आवाज त्याला ऐकू आला. “मी खरंच तुझी क्षमा मागतो. जेमी म्हणाला की नदीवर कुणीतरी चोरून मासे पकडतोय आणि...”

“मिस्टर डेव्हियट, झालेला प्रकार हा आमच्यासाठी फार अपमानास्पद होता. आणि जेमी, तुझ्याकडून मी अशी अपेक्षा कधीच केली नव्हती.” प्रिसिला म्हणाली. जेमी घाबरून गेला होता.

“तुम्हाला त्रास दिल्याबद्दल... म्हणजे.... व्यत्यय आणल्याबद्दल...” सुपरिंटेंडंटला काय बोलावं ते सुचेना.

“आलं लक्षात. गुड नाईट मिस्टर डेव्हियट. रात्री आमच्या घरी जेवायला याल तेव्हा भेटूच.”

“अं... हो... गुड नाईट... अं... हॅमिश.”

पण हॅमिश आपल्याच नादामध्ये शून्यात पाहत उभा होता. त्याच्या चेहऱ्यावर मंद स्मित पसरलेलं होतं.

ते दोघं निघून गेल्यावर प्रिसिलाने झटकन जाऊन लपवलेलं सामान आणलं. हॅमिशच्या नजरेला नजर द्यायचं मात्र तिने मुद्दाम टाळलं. हॅमिशने अचानक घेतलेल्या चुंबनाने व आपण त्याला दिलेल्या उत्स्फूर्त प्रतिसादामुळे ती चकित झाली होती. त्याला बढती मिळावी यासाठी ती त्याला मदत जरूर करू इच्छित होती, पण त्याच्याशी लग्न करायचा तिच्या मनात बिलकूल विचार नव्हता. दोघांचं जग एकमेकांपासून खूप वेगळं होतं. त्याच्या दंडावर हलकेच थोपटत तिने त्याला त्याच्या स्वप्नातून जागं केलं. त्याने नम्रपणे तिच्या हातातल्या वस्तू घेतल्या आणि चुपचाप तो तिच्या पाठोपाठ टेकडी उतरू लागला.

तीन

पूर्णत्वप्राप्तीची साधना म्हणजे
माधुर्य व प्रकाशाचा अखंड शोध...
– *मॅथ्यू अर्नोल्ड*

डिटेक्टिव्ह चीफ इन्स्पेक्टर ब्लेअर म्हणाला होता की, हॅमिश हा एक गावंढळ व अर्धवट माणूस आहे. टॉमेल कॅसेलमधे त्या रात्री जेवताना मिस्टर डेव्हियटला ब्लेअरचं म्हणणं हळूहळू पटू लागलं होतं. हॅमिश चालता चालता धडपडत होता, वस्तू खाली पाडत होता, एकदा तर त्याच्या हाताचं कोपर वेंधळेपणानं रस्सा भरलेल्या वाडग्यात बुडालं. त्याच्या चालण्या-बोलण्यात एक बावळट वेंधळेपणा जाणवत होता.

गावच्या ह्या इन्स्पेक्टरचा तिरस्कार करणाऱ्या कर्नलबद्दल मिस्टर डेव्हियटला आता सहानुभूती वाटू लागली. प्रिसिलाने ह्या माणसामध्ये नक्की पाहिलं तरी काय?

प्रिसिला हालबर्टन-स्मिथने काळा पातळ गाऊन घातला होता. तिचा कमनीय बांधा त्यात अगदी उठून दिसत होता व तिच्या सोनेरी केसांमुळे तिच्या सौंदर्यात भर पडत होती. आपल्या बायकोने पिंगट रंगाचा ड्रेस घालायला नको होता असं मिस्टर डेव्हियटला वाटलं. तिच्या अतिसभ्य शब्दोच्चाराची त्याला सवय होती पण आज मात्र तिचे ते खरखरीत उच्चार त्याच्या कानांना सहन होत नव्हते. ग्लासच्या ऐवजी ग्लेस किंवा दॅटच्या ऐवजी देट म्हणण्याची काय गरज होती? त्याने मग तिचं प्रत्येक वाक्य खोडून टाकायला सुरुवात केली. ती काहीही बोलली तरी तो लगेच 'मूर्खासारखं बोलू नकोस' किंवा 'तुझ्या बोलण्यात कुणालाही रस नाही' असं म्हणू लागला. अखेर दुखावली गेलेली त्याची बायको हॅमिशसारखीच गडबडून व भांबावून गेली.

पार्टीला काही केल्या रंग चढत नव्हता. हॅमिश मात्र एका अनोख्या दुनियेत गुंग

झालेला होता. आपल्या नवऱ्याला व त्याच्या कोपिष्टपणाला कायम वचकून राहणारी मिसेस हालबर्टन-स्मिथ एखाद्या शांत बसलेल्या भुतासारखी दिसत होती.

अखेर थॉमस कुटुंबाचा विषय निघाला, "मिसेस थॉमस ही फार चांगल्या स्वभावाची स्त्री आहे," कर्नल म्हणाला. "आज सकाळी माझ्याकडे आली होती. तिला जुनं फर्निचर हवं होतं. लढाऊ वाटली. लाकडाच्या ओंडक्यासारख्या मख्ख नवऱ्याला सांभाळत संसार करताना, बिचारीचा जीव अगदी मेटाकुटीला येत असेल."

"तुम्ही तिला काही दिलंत?" प्रिसिलाने विचारलं.

"मी तिला तो जुना स्टँड दिला. पाईनच्या लाकडाचा. आपल्या अंधाऱ्या खोलीत तो कित्येक वर्षं धूळ खात पडला होता."

"ती वस्तू नीट निवडून, पारखून घेते," प्रिसिला म्हणाली. "तो वॉशस्टँड व्हिक्टोरियन काळातला होता. तिला जर खरोखर फर्निचरची नड असेल, तर तिने सोफा, पलंग किंवा टेबल न्यायला हवं होतं."

"नाही गं, ती खरंच गरीब आहे. तुला मिसेस हॅगार्टी आठवते? गेल्या वर्षी ती वारली, तर तिच्या घरातल्या वस्तू घेऊन जायला कुणीच फिरकलं नाही. बहुतेक तिला कुणी नातेवाईक नसावेत. थोड्याच दिवसांत तिचं घर सरकारच्या ताब्यात जाईल. मिसेस थॉमसला त्या घरात कदाचित काही वस्तू मिळू शकतील. उद्या मी तिला तिथे घेऊन जायचं कबूल केलंय."

"तुमच्या जागी मी असते तर माझ्या जवळपासही तिला फिरकू दिलं नसतं," प्रिसिला म्हणाली. "मला ती मुळीच आवडली नाही. आपलं म्हणणं खरं करणं हाच तिचा स्वभाव आहे."

"शांत राहा. तोंडाला येईल ते बोलू नकोस आणि तुला कधीपासून एखाद्याचा स्वभाव ओळखता येऊ लागला?" कर्नल म्हणाला व त्याने हॅमिश मॅक्बेथकडे एक जळजळीत कटाक्ष टाकला.

जेवणाचा कार्यक्रम आटोपला तेव्हा हॅमिश सोडून सर्वांना हायसं वाटलं. तो मात्र अजूनही चुंबनाच्या त्या गुलाबी वातावरणातून बाहेर पडला नव्हता.

पण दुसऱ्या दिवशी सकाळी मात्र हॅमिशला वास्तवाचं भान आलं. त्याच्या लक्षात आलं की त्याने प्रिसिलाचं चुंबन घेतलं होतं; प्रिसिलाने नव्हे. त्या क्षणी परिस्थितीच अशी निर्माण झाली होती की, तिने त्याला चुंबन घ्यायची परवानगी दिली होती. खूप प्यायलेल्या माणसाला आदल्या रात्री काय घडलं होतं हे जसं अंधूकपणे आठवतं, तसंच त्याला काल रात्रीच्या पार्टीतला एखादा दुसरा प्रसंग अस्पष्ट आठवत होता.

स्वयंपाकघरात माश्या घोंघावत होत्या. ट्रिक्सी व तिच्या त्या ओझोनच्या

पातळ आवरणाला मनातल्या मनात शिव्या देत त्याने जोरजोरात स्प्रे मारायला सुरुवात केली, पण त्या उग्र वासाने घुसमटून गेल्याने, त्याने किचनचा दरवाजा उघडला व तीच संधी साधून आणखी बरीच चिलटं घरात घुसली.

पोलीस स्टेशनची डोअर बेल वाजली. हॅमिशने जाऊन दार उघडलं. पायरीवर एक मध्यमवयीन जोडपं उभं होतं. "आम्ही स्कॉटलंडला फिरायला आलोय," त्यातला पुरुष म्हणाला. त्याचे उच्चार अमेरिकन होते. "मी कार्ल स्टेनबर्गर आणि ही माझी बायको. इथली हॉटेलं फारच महागडी आहेत. एखाद्या स्वस्त लॉजमधे आमची सोय होऊ शकेल का?"

ट्रिक्सीच्या लॉजचं नाव सुचवावं असं हॅमिशला मनापासून वाटत नव्हतं, पण काही झालं तरी ट्रिक्सी एक उत्तम गृहिणी होती व तिने केलेले पदार्थ चवदार असायचे. "इथून जवळच 'दि लॉरेल्स' नावाचं एक लॉज आहे." बाजूच्या रस्त्याकडे बोट दाखवत तो म्हणाला.

"तिथे खरं म्हणजे फक्त राहण्याची व नाष्ट्याचीच व्यवस्था आहे, पण माझी खात्री आहे की मिसेस थॉमस तुमच्या जेवणाचीही सोय करेल. आत या, आपण चहा पिऊया."

हॅमिश दोघांनाही किचनमधे घेऊन आला. त्याला इंग्लिश लोकांपेक्षा अमेरिकन जास्ती आवडत असत.

माश्या व चिलटांवर वैतागत त्याने स्वयंपाकघराचं दार धाडकन बंद केलं. "तुम्ही थोडे कमनशिबी आहात," तो स्टेनबर्गर्सना म्हणाला. "जूनमधे फार सुंदर हवा होती. आता हवामान खराब झालंय. गरम, ओलसर आणि दमट. त्यामुळे ह्या चिलटांनी इथे थैमान घातलंय."

"मला समजत नाही की आमच्या अमेरिकेत असतात तसे तुम्ही बारीक जाळीचे दरवाजे का बनवून घेत नाही?" मिस्टर स्टेनबर्गर म्हणाला.

"जाळीचे दरवाजे?" कपात चहा ओतत हॅमिशने विचारलं.

"हो, त्यासाठी फक्त लाकडी चौकट आणि ॲल्युमिनियमची जाळी लागते किंवा तुम्ही एखादं जाळीदार कापडसुद्धा वापरू शकता."

"मला हे ठाऊकच नव्हतं," हॅमिश म्हणाला. "फारच सोपी गोष्ट आहे. आजच मी कामाला लागतो."

मिस्टर स्टेनबर्गरला त्याच्या बोलण्याची मजा वाटली. "इतका वेळ आहे तुझ्याकडे? म्हणजे ह्या गावात फारसे गुन्हे घडत नसावेत."

"अलीकडेच इथे खून झाले होते," हॅमिश म्हणाला. त्याने दोघांना चहा व बिस्किटं दिली आणि बराच वेळ त्यांच्याशी गप्पा मारल्या.

निघताना मिस्टर स्टेनबर्गरने पोलीस स्टेशनच्या दारात उभा असलेल्या हॅमिशचा

फोटो काढला. पोर्चमधे गुलाबांची इतकी दाटी झाली होती की त्याखाली निळ्या दिव्याचा खांब झाकला गेला होता. ''ह्या चित्रावर आमच्या घरी कुणी विश्वासच ठेवणार नाही.''

ती दोघं गेल्यावर हॅमिशने बागेजवळील शेडमध्ये पडलेले लाकडाचे तुकडे गोळा करून आणले. बाजारात जाऊन त्याने जाळीदार कापड विकत घेतले. घरी येऊन त्याने दरवाजाचं माप घेतलं व कामाला सुरुवात केली. पाऊस थांबला होता व सूर्य चमकू लागला होता पण किचनमध्ये माश्या मात्र अजूनही घोंघावत होत्या.

तेवढ्यात ट्रिक्सी थॉमस दारात येऊन उभी राहिली. ''काय हवंय तुला?'' हॅमिशने किंचित त्राग्याने विचारलं. आपण चोरून मासे पकडतो ही गोष्ट ट्रिक्सीनेच सुपरिंटेंडंटच्या कानावर घातली असणार याची त्याला पक्की खात्री होती.

''मी तुझ्या शेतात जाऊन कुंपणावरची मेंढ्यांची लोकर घेऊ शकते का?''

''कशासाठी?''

''मिसेस वेलिंग्डनने मला तिच्याकडचा जुना चरखा दिलाय. मला त्याच्यावर लोकर कातायची आहे.''

''तुला चरखा चालवता येतो?'' हॅमिशने कुतूहलाने विचारलं.

''हो, लंडनच्या कॅम्डेन टाऊनमधे आम्ही एक महिला सांस्कृतिक मंडळ स्थापन केलं होतं. तिथे परदेशी स्त्रियाही यायच्या. न्यूझीलंडच्या एका महिलेने मला चरखा चालवायला शिकवला होता.''

हॅमिश मनातून वैतागला. त्याला ठाऊक होतं की आता ट्रिक्सी तो चरखा घेऊन मुद्दाम घरासमोरच्या बागेत बसणार व सर्वांचं लक्ष वेधून घेणार. ती निघून जायचं काही चिन्हं दिसेना तेव्हा त्याने जरा चढ्या आवाजात तिला विचारलं, ''आणखी काही हवंय?''

''मला विचारायचं होतं की आज तू आमच्या धूम्रपान विरोधी सभेच्या बैठकीला हजर राहशील का?''

''हे बघ, तुम्ही जर असा सतत विरोध करत राहिलात तर एखादा माणूस चिडून जास्त सिगरेटी ओढू लागेल,'' हॅमिश कडवटपणे म्हणाला. ''तू डॉक्टर ब्रॉडीला का त्रास देतेयस?''

''कारण तो एक डॉक्टर आहे व धूम्रपानाचे दुष्परिणाम, इतरांपेक्षा त्याला जास्त ठाऊक आहेत.''

''एकेकाळी तू सुद्धा सिगरेट ओढत असणारच,'' हॅमिश म्हणाला. ''सिगरेट सुटलेला माणूस हा सर्वांत जास्त धोकादायक असतो.''

हॅमिशसुद्धा पूर्वी सिगरेट ओढत असे, पण सिगरेट ओढणाऱ्या माणसाला, तू

सिगरेट सोड असा सल्ला देण्याच्या मोहापासून त्याने स्वत:ला जाणूनबुजून दूर ठेवलं होतं. ट्रिक्सीला त्यावर काहीतरी बोलायचं होतं पण तिने वाद वाढवण्याचं टाळलं. ती आज चांगल्या मूडमधे होती. कर्नल हालबर्टन तिला घेऊन त्या जुन्या, पडक्या घरात गेला होता व तिथे तिला हवा असलेला बराच माल मिळाला होता. आपली मुलगी हॅमिश मॅक्बेथशी लग्न करू शकते अशी भीती त्याने ट्रिक्सीजवळ बोलून दाखवली होती.

"मी तुझं टॉयलेट वापरू शकते का?" ट्रिक्सीने विचारलं.

"हो, हो, नक्कीच." हॅमिशने तिला आत यायला जागा करून दिली.

तिला आत जाऊन बराच वेळ झाला होता आणि तो तिला शोधायला आत जाणार तेवढ्यात त्याला तिचा आवाज ऐकू आला. "मला पॉल येताना दिसतोय. मी मागच्या बाजूनेच बाहेर पडते."

हॅमिशने पुन्हा काम सुरू केलं. कुंपणावर पडलेली लोकर घेऊन जायला ती बहुदा विसरली असावी. आपल्याला ट्रिक्सीचा एवढा का राग येतोय हे त्याच्या आता लक्षात आलं होतं. एंजेला ब्रॉडीमध्ये तिने जो आमूलाग्र बदल घडवून आणला होता, त्याचा हॅमिशला संताप आला होता. केस कुरळे केल्यापासून ती कमालीची कृश व निस्तेज दिसू लागली होती.

त्याने दरवाजाचं काम पूर्ण केलं आणि बिजागिरी आणण्यासाठी तो बाहेर पडला. लोखंडी हत्यारांचं दुकान बंदराजवळ होतं. ट्रिक्सीच्या घरावरून जाताना त्याला चरख्याचा आवाज आला. ट्रिक्सी मोठ्या डौलात चरखा चालवत होती. इतक्यात त्याला जिमी फ्रेझरने हाक मारली. जिमी मासेमारीचा धंदा करत असे. "हॅमिश, चल. थोडी-थोडी दारू पिऊया. मी बिल भरतो."

"ठीक आहे," हॅमिशने मान डोलावली. लॉचडभ हॉटेलच्या शेजारच्या पबमधे ते दोघे बसले. "काय झालंय, जिमी?" हॅमिशने विचारलं. "रागाने तुझी कानशिलं लाल झाली आहेत."

"त्या बाईमुळे!" जिमी दातओठ खात म्हणाला.

"कोण?"

"तीच ती. इंग्लिश बाई. काल रात्री आर्ची मॅक्लिन तिला त्याच्या बोटीतून घेऊन गेला होता. बोटीत बसलेल्या बाईला मी आयुष्यात पहिल्यांदाच पाहिलं. आम्ही बुडालो कसे नाही हेच आश्चर्य होतं. जेव्हा जेव्हा मी सिगरेट ओढू लागायचो. तेव्हा ती माझ्या ओठातून सिगरेट खेचून फेकून द्यायची. मी चिडून तिला मारायला गेलो तर आर्ची म्हणतो कसा, तिच्या अंगावर हात उगारायचा नाही. बोटीचा कप्तान मी आहे. तुला सांगतो, ही बाई लोकांना त्रास देणार आहे."

"आणि आर्ची तिला बोटीतून का घेऊन गेला होता?"

"तो तिच्यावर फिदा झालाय. त्याने आम्हाला सगळ्यांना कामाला लावलं आणि स्वत: मात्र तिचा हात हातात घेऊन बसला होता."

"मिसेस मॅक्लिनला ही गोष्ट समजलीय?"

जिमी एकदम सावध झाला. "नाही रे बाबा, आमच्यापैकी कुणीच तिला ही गोष्ट सांगणार नाही. तिला जर कळलं तर ती त्या बाईचा जीव घेईल."

काही वेळाने हॅमिश पबमधून बाहेर पडला. बिजागरी विकत घेऊन तो घरी परतला. म्हणजे एका आदर्श स्त्रीचा पाय घसरला होता तर! मिसेस मॅक्लिन ही फारशी लोकप्रिय स्त्री नव्हती पण काही झालं तरी एक इंग्लिश बाई आपल्यातल्या एका पुरुषाला जाळ्यात ओढतेय हे लॉचडभच्या स्त्रियांना सहन होणारं नव्हतं.

म्हणूनच त्या दिवशी संध्याकाळी त्याने जेव्हा मिसेस वेलिंग्टनला ट्रिक्सीच्या घरी केक घेऊन जाताना पाहिलं तेव्हा तो चकित झाला. टाऊझरला घेऊन हॅमिश बाहेर पडला असताना त्याने तिला ट्रिक्सीच्या घरातून बाहेर पडताना पाहिलं. 'गुड आफ्टरनून, इन्स्पेक्टर," हॅमिशला पाहून ती म्हणाली.

"तू त्या चवचाल बाईला भेटायला गेली होतीस?"

"काय म्हणायचंय तुला मिस्टर मॅक्बेथ?"

हॅमिशला गॉसिप करायला आवडायचं, पण त्याने कधीच कुणाचा द्वेष केला नाही. आज मात्र त्याने आपल्या स्वभावाविरुद्ध वागायचं ठरवलं. "आर्ची मॅक्लिन तिला जवळ घेऊन बसला होता असं सारं गाव बोलतंय."

मिसेस वेलिंग्टन ही जाडजूड, धिप्पाड स्त्री होती. तिने हॅमिशकडे जळजळीत नजरेने पाहिलं. "आणि सारं गाव हे ही बोलतंय की तू आणि प्रिसिला मध्यरात्री ॲन्स्टेवर घट्ट मिठी मारून चुंबन घेत बसला होतात."

"हो ना. पण माझं लग्न झालेलं नाही."

"म्हणजे, आर्ची मॅक्लिनचं लग्न झालंय म्हणून तो दोषी? मिस्टर मॅक्बेथ, असं बोलताना तुला शरम वाटायला हवी होती. ट्रिक्सी आणि पॉलने मला त्याबद्दल सर्व काही सांगितलंय. पॉल तर खो-खो हसत सुटला होता. घरातली कोकरं बिचारी उपाशी होती, म्हणून ट्रिक्सी त्यांच्यासाठी फुकटचे मासे मिळताहेत का, हे पाहायला बंदरावर गेली होती. तर तिथे अचानक पाघळून आर्ची तिच्याशी लगट करू लागला. त्याला कसं थोपवावं हे ट्रिक्सीला कळेना. ट्रिक्सीवर अनेकदा असे प्रसंग ओढवले आहेत. आलं लक्षात तुझ्या? तू मला तिच्याविरुद्ध भडकवू शकत नाहीस. लॉचडभचं भाग्य म्हणून तिच्यासारखी स्त्री आपल्या गावात राहायला आली आणि गावाचं दुर्भाग्य हे की, तुझ्यासारखा आळशी आणि कुटाळक्या करणारा इन्स्पेक्टर आम्हाला लाभला." संतापाने फुत्कारत ती निघून गेली.

"आता ह्यावर तू काय म्हणशील, बोल," हॅमिश टाऊझरला म्हणाला.

टाऊझर जोरजोरात फुरफुरला. ''बरोबर,'' हॅमिश म्हणाला. ''चांगलं झालेलं तुला कधी आवडतच नाही ना.''

थॉमस कुटुंबाच्या घरी आणखी एक पिचल्यासारखी दिसणारी स्त्री आपल्या किरकिऱ्या मुलांच्या लेंढारासकट राहायला आली होती. लोकं आरोग्य संवर्धनासाठी ट्रिक्सीच्या लॉजवर येऊन राहतात की काय असा प्रश्न हॅमिशला पडला. ही लोकं सरकारला अक्षरश: लुटत असणार. शिवाय तो बारीक, मरतुकडा माणूस अजूनही तिथेच राहत होता. त्याला बाहेर येताना पाहून हॅमिश, ''गुड मॉर्निंग'' म्हणाला पण त्या इसमाने हॅमिशकडे लक्षही दिले नाही.

दुसऱ्या दिवशी सकाळी जेव्हा डॉक्टर ब्रॉडी नाश्ता करण्यासाठी टेबलापाशी बसला तेव्हा समोर ठेवलेल्या बाऊलमधला पदार्थ पाहून तो उसळलाच. ''तुला पक्ष्यांचं संरक्षण करण्यात रस आहे हे आता मला ठाऊक झालंय पण म्हणून त्यांची विष्ठा तू मला खायला घालू नकोस.''

''अरे, ही मूसली आहे.'' एंजेला कळवळून म्हणाली. ''खूप पौष्टिक आहे.''

डॉ. ब्रॉडीने तिच्याकडे रोखून पाहिलं. ''ट्रिक्सीचं डोकं असणार हे.''

''तिने मला बनवायला शिकवलं. ओटचं पीठ, बेदाणे आणि शेंगदाणे एकत्र करून तयार केलंय,'' एंजेला उत्साहाने म्हणाली. ''विकत आणलेल्या पॅकेटपेक्षा स्वस्तही पडतं आणि तुझ्या तब्येतीसाठीही ते खूप चांगलं आहे.''

''काल ती बाई माझ्या दवाखान्यात घुसली आणि मला न विचारता तिने भिंतीवर धूम्रपान निषेधाची पोस्टर्स चिकटवली. मी तुला हे सांगणार नव्हतो कारण तुझ्या डोक्याला फुकटचा ताप झाला असता. पण आता मात्र हद्द झाली आहे. मी तिला दवाखान्यातून हाकलवून दिलं म्हणून ती माझ्या विरुद्ध आरोग्यमंत्र्याकडे तक्रार करणार आहे.''

एंजेलाच्या इमानदारीला धक्का बसला होता.

''डॉक्टरांनी मुळीच सिगरेट ओढू नये. तू तिला नाही दोष देऊ...''

नवऱ्याच्या डोळ्यात पेटलेला अंगार पाहून तिचे शब्द ओठातल्या ओठांतच थिजले. ''मी काय सांगतो ते नीट कान देऊन ऐक,'' तो म्हणाला. ''ट्रिक्सीच्या नादाने चाललेला तुझा मूर्खपणा मी बरेच दिवस सहन केला. तुझ्या डोक्यात आलेलं हे तात्पुरतं फॅड असेल असं समजून मी त्याकडे दुर्लक्ष करत होतो. पण माझं घर म्हणजे आता एखाद्या हॉस्पिटलचा निर्जंतुक वॉर्ड झालाय. कुत्र्यांना बागेतल्या खोपट्यात बांधून ठेवलंय. मांजराला खुराड्यात कोंडलंय. माझी बायको हार्पो मार्क्ससारखी केसांची स्टाईल करून घरात बसलीय आणि मोर्चे काढणाऱ्या स्त्रीमुक्तीवाल्या बायकांप्रमाणे तिने अंगात कपडे घातलेत. मला हे चालणार नाही. आज रात्रीच्या जेवणासाठी मला मटण, चिप्स आणि वाईनची बाटली मिळाली पाहिजे. उंदरांना घालतात तसं अन्न

जर माझ्यासमोर वाढलंस तर मी टेबलावर उलटी करेन आणि आज संध्याकाळी सगळे पाळलेले प्राणी मला घरात वावरताना दिसले पाहिजेत. यापुढे एकदा जरी त्या बाईचं नाव माझ्यासमोर उच्चारलंस तर मी तिला ठार मारेन.''

आर्ची घरात शिरताच मिसेस मॅक्लिनने त्याच्या कपाळावर पाण्याचा जग फेकून मारला. तो कळवळून ओरडला, ''अगं, का मारतेस मला?''

लॉचडभच्या लोकांनी जरी तिला ट्रिक्सी व तिच्या नवऱ्याची हकिगत प्रत्यक्ष सांगितली नसली, तरी त्यांनी आपल्या पहाडी भाषेतल्या तिरकस शैलीत इंग्लिश बायका आपल्या पुरुषांवर कसं मायाजाल टाकतात हे आडून आडून सांगितलं. मिसेस मॅक्लिनचं अख्खं आयुष्यच पहाडी मुलुखात गेलं असल्यामुळे लोकांच्या बोलण्याचा नेमका अर्थ तिच्या ध्यानात यायला वेळ लागला नाही.

''अरे हलकट माणसा, तू त्या इंग्लिश बाईवर भाळलास हो रे?'' मिसेस मॅक्लिन किंचाळली.

''तसं काही नाही, तिला माझ्या होडीतून एक फेरी मारायची होती,'' कपाळ चोळत तो अजिजीने म्हणाला.

''आणि मग होडीत बसून तू शाळकरी मुलासारखा तिचा हात धरलास! आर्ची मॅक्लिन, आता जरा माझं बोलणं कान उघडे ठेऊन ऐक. पुन्हा जर तू त्या बाईच्या जवळ गेलास, तर मी गळा दाबून तिचा जीव घेईन.''

''तू उगाच संतापतेयस,'' ती पुन्हा काहीतरी फेकून मारेल या भीतीने दाराबाहेर पळता पळता तो अर्धवट पुटपुटला.

तो घराबाहेर पडून थेट पबमध्ये शिरला. जिमी फ्रेझर अजूनही तिथं दारू पित बसला होता. जिमीने मोठ्याने हसून त्याचं स्वागत केलं. ''काय म्हणतेय नवी पहाडी सुंदरी?''

''गप्प बस,'' आर्ची वैतागून म्हणाला, पण त्याच्याच शेजारी बसून त्याने व्हिस्की मागवली.

''तिचा नवरा काय म्हणाला ते तू ऐकलं नाहीस,'' जिमी म्हणाला. ''बापरे, तो जाड्या पोट धरधरून हसत होता आणि म्हणाला की एका बोटीच्या कप्तानाने माझ्या बायकोशी लगट करण्याचा प्रयत्न केला आणि कप्तानाच्या भावना दुखावल्या जातील या भीतीने बिचारीला काय करावं हेच सुचेना. ट्रिक्सीने तर गावभर तुझी पार बेअब्रू केलीय.''

आर्ची गप्प बसून राहिला होता पण त्याचं मन मात्र खुनाच्या काळ्याकुट्ट विचारांनी भरून गेलं होतं.

इयान गन हा आधी भाड्याची शेती कसायचा पण आता शेतमालक बनला

होता. त्याने लॉचडभ डोंगराजवळच्या लॉक कोएलशेजारची जुनी सदरलँड शेतजमीन १९७५ साली विकत घेतली होती. त्यावेळेस ती खडकाळ जमीन होती, पण त्याने खूप मेहनत करून त्यावरचे खडक आणि ग्लेशिअर्स फोडून, जमीन नांगरून, एक सलग, सपाट शेत तयार केलं होतं. आता तो सधन शेतकरी झाला होता. त्या अवाढव्य शेताच्या एका टोकाशी अतिशय जुनं, दोन मजली कच्चं बांधकाम जीर्ण अवस्थेत उभं होतं, ते पार मोडकळीला आलं होतं. त्याने एक बुलडोझर भाड्याने आणला होता, ते अर्धकच्चं बांधकाम जमीनदोस्त करण्यासाठी.

बुलडोझर चालवत तो त्या पडक्या इमारतीपाशी येत असताना, त्याला काही स्त्रिया हातातले फलक नाचवत तिथे उभ्या असलेल्या दिसल्या. थोडं अधिक जवळ पोहोचल्यावर त्याला ते फलक वाचता आले. 'आमची वटवाघळं वाचवा,' व 'गन हा खुनी आहे,' हे वाचताच तो चकित होऊन गेला. तो खाली उतरला. त्या घोळक्यामधल्या मिसेस वेलिंग्टन व मिसेस एंजेला ब्रॉडीला त्याने ओळखलं. त्यांच्यामधली एक स्त्री त्याच्या समोर येऊन उभी राहिली. त्याने तिला चटकन ओळखलं नाही पण मग त्याच्या लक्षात आलं की हीच ती गावात नवीनच राहायला आलेली ट्रिक्सी थॉमस!

''तू पुढे सरकू शकत नाहीस,'' ट्रिक्सी मोठ्या आवाजात म्हणाली. तिच्या मागे उभ्या असलेल्या स्त्रिया जोरजोरात घोषणा देऊ लागल्या, ''आम्ही इथून हटणार नाही.''

त्याने डोकं खाजवलं. ''मी तर काही क्षेपणास्त्रं वगैरे लपवलेली नाहीत, मग हा आरडाओरडा कशासाठी?''

''तुझ्याजवळ वटवाघळं आहेत.''

''वटवाघळं?''

''ह्या पडक्या जागेत वटवाघळं राहतात आणि सरकारने वटवाघळांची हत्या करायची नाही असा वटहुकूम काढलाय. तू त्यांना मारू शकत नाहीस.''

इतक्यात एक पांढरी लँडरोव्हर शेताजवळ येत असलेली त्याने पाहिली.

''हा बघा, हॅमिश येतोय,'' तो म्हणाला. ''तो तुमचा प्रश्न सोडवेल.''

हॅमिश जवळ येताच त्या बायकांनी पुन्हा घोषणा द्यायला सुरुवात केली.

''आधी ह्या मूर्ख बायकांना इथून निघून जायला सांग,'' इयान हॅमिशला म्हणाला. ''वटवाघळं असल्यामुळे मी हे बांधकाम पाडून टाकू शकत नाही असं ह्या म्हणतायत. ह्यांच्या बोलण्याला काहीच अर्थ नाही.''

''मला वाटतं, त्यांचं म्हणणं बरोबर आहे.'' हॅमिश म्हणाला. ''सरकारने वटवाघळांना संरक्षण जाहीर केलंय, इयान. तुला ते बांधकाम पाडता येणार नाही.''

"काय बोलतोयस तू? माझ्या मालकीच्या जागेत मी मला हवं तसं करू शकत नाही?"

"जर वटवाघळांचा प्रश्न येत असेल, तर नाही." हॅमिश म्हणाला.

इयान संतापाने लालबुंद झाला. "मी तर ह्या बायकांवरच बुलडोझर चालवीन."

"ऐकलंस तू इन्स्पेक्टर?" ट्रिक्सी ओरडली. "तो आम्हाला ठार मारण्याची धमकी देतोय."

"मी एक शब्दही ऐकलेला नाही," हॅमिश ताडकन म्हणाला. "पण आधी तुम्हाला तुमची लाज वाटायला हवी. तुलासुद्धा मिसेस वेलिंग्टन! कुठून तरी तुमच्या कानावर आलं की आज इयान बुलडोझरने ते बांधकाम उडवणार आहे. अरे पण, त्यासाठी मोर्चा घेऊन यायची काय गरज होती? तुम्ही इयानला एक पत्र लिहू शकला असता पण तुम्हाला मुद्दाम इथे येऊन तमाशा करायचा होता."

"जमीन बळकावण्याच्या बाबतीत इयान गनसारख्या अधाशी माणसाने आमच्या पत्राची दखलही घेतली नसती." ट्रिक्सी म्हणाली.

"तू बोललेले हे शब्द मात्र मी नीट ऐकलेत," हॅमिश म्हणाला. "इयान तुला जर तिच्यावर केस करायची असेल तर तुझ्यावतीने मी साक्ष द्यायला तयार आहे. चला सगळ्यांनी गुपचूप घरी जा आणि यापुढे शहाण्यासारखं वागायला शिका."

एंजेला मनातल्या मनात कचरली. हॅमिश चिडला होता. आपण किती मूर्खासारखं वागतो, तिच्या मनात विचार आला. मी ह्यांच्याबरोबर यायलाच नको होतं आणि ट्रिक्सीला इयानबद्दल असं बोलायचा काय अधिकार होता? भाड्याने शेती करणाऱ्यांच्या मनात शेतमालकांबद्दल जरूर राग होता. ते एकमेकांना शिव्याही द्यायचे, पण त्यांच्यामध्ये कधीही वैरभावना नव्हती.

बाकीच्या बायका निघून गेल्या. "मी चालत जाते," एंजेला ट्रिक्सीला म्हणाली. ती ट्रिक्सीच्या जुन्या फोर्ड व्हॅनमधून आली होती.

"वेड्यासारखं वागू नकोस, एंजेला," ट्रिक्सी म्हणाली आणि एंजेलाला वाटलं की ट्रिक्सी जर पुन्हा तिला वेडी आहेस असं म्हणाली, तर तिला रडू कोसळेल. "तुला ठाऊक आहे एंजेला की तुझा मला किती आधार आहे. आपण पत्र लिहिलं असतं तर गनने त्याला मुळीच दाद दिली नसती, शिवाय मला आपल्या मागच्या धूम्रपानविरोधी बैठकीचा वृत्तांत टाईप करायचाय आणि मला टायपिंग मुळीच जमत नाही. मला सोडून जाऊ नकोस. मी तुझ्यावर खूप अवलंबून आहे एंजेला." ट्रिक्सीचे डोळे मोठे झाले होते. जणू ती एंजेलाला संमोहित करत होती. "प्रत्येकजण तुझ्यामध्ये झालेल्या बदलाचं कौतुक करतोय. तू आता किती तरुण व सुंदर दिसतेयस असं मिसेस वेलिंग्टनही त्यादिवशी म्हणत होती."

एंजेला विरघळली. तिच्या नवऱ्याने तिला एकदाही सुंदर म्हटलं नव्हतं. उलट त्या दिवशी तर तिला हार्पो मार्क्सची उपमा दिली होती. बिचारी इतकी हळवी व असुरक्षित होती की स्वत:बद्दल तिला कधी विचार करावासाच वाटला नव्हता. तिच्यावर अंकुश ठेवणं ट्रिक्सीला किती सहज शक्य होतं ना?

ओशाळं हसत ती ट्रिक्सीच्या शेजारी व्हॅनमध्ये जाऊन बसली.

त्या निघून जाईपर्यंत इयान गन त्यांच्याकडे बघत होता. ''ह्या पर्यावरणवाद्यांना देखील उंदरांप्रमाणे विष घालून ठार मारलं पाहिजे.'' तो म्हणाला.

एंजेला ब्रॉडीने बैठकीचा वृत्तांत अगदी नीट टाइप केला. दरम्यान ट्रिक्सी बागेत काम करत होती व पॉल घराबाहेरच्या भिंतीवर बसून तलावाकडे बघत बसला होता. एंजेलाने अपराधीपणाने घड्याळाकडे पाहिलं. नवऱ्याने तिला रात्रीसाठी मटण आणायला सांगितलं होतं. मटण विक्रीची दुकानं संध्याकाळी लवकर बंद होतात. तिने टाईप केलेले कागद फाईलमधे नीट ठेऊन दिले. 'ट्रिक्सीला सांग की मी घरी निघाले,'असं पॉलला मोठ्याने ओरडून सांगत ती स्वयंपाकघरातून बाहेर पडली. पुन्हा तिच्या मनात ट्रिक्सीबद्दल प्रश्नचिन्ह निर्माण झालं, पण तिने स्वत:च आपल्या प्रश्नाचं उत्तर शोधून काढलं. ट्रिक्सीमुळेच तिच्या रटाळ आयुष्यात आता रंग भरू लागला होता. आता तिला आपल्या स्वच्छ व नीटनेटक्या घराचा अभिमान वाटू लागला होता. आता ती पुन्हा आळशी व स्वप्नाळू होऊन घरी परतू शकत नव्हती. पण तिने न विसरता नवऱ्यासाठी मटण विकत घेतलं.

ट्रिक्सीने हातातलं फावडं खाली ठेवलं आणि ती घराच्या पुढच्या दरवाजापाशी आली. समोरच्या रस्त्यावरून प्रिसिला हालबर्टन-स्मिथ चालली होती. ट्रिक्सी चटकन घरात गेली व काही क्षणांतच बाहेर आली. तिच्या खांद्यावर एक जांभळा स्वेटर होता. शून्यात हरवलेल्या आपल्या नवऱ्याकडे दुर्लक्ष करत ती बाहेर पडली व प्रिसिलाच्या समोर जाऊन उभी राहिली. ''हाय, प्रिसिला,'' ती हसून म्हणाली.

''गुड आफ्टरनून, मिसेस थॉमस,'' प्रिसिला म्हणाली. तिची नजर स्वेटरकडे गेली व तिच्या भुवया उंचावल्या गेल्या. ''हा हॅमिशचा स्वेटर दिसतोय,'' ती म्हणाली.

ट्रिक्सीने खांद्यावरचा स्वेटर काढून प्रिसिलासमोर धरला. ''तू हा त्याला परत करशील?'' ती म्हणाली. ''खरं सांगू, मला परत करायला जरा लाज वाटते.''

''का?'' स्वेटरला हात न लावता प्रिसिला म्हणाली.

ट्रिक्सी गालातल्या गालात हसली. ''आपला इन्स्पेक्टर त्या दिवशी माझ्याशी जरा लाडात आला होता. एखाद्या अमेरिकन युवकाने आपल्या प्रेयसीला त्याचा

फुटबॉलचा स्वेटर भेट द्यावा, तसा त्याने हा स्वेटर माझ्या अंगावर चढवला.''

प्रिसिलाने थेट तिच्या डोळ्यांत रोखून पाहिलं. ''तूच त्याला नेऊन दे.'' ती तडकून म्हणाली व सरळ चालू लागली.

एंजेला ब्रॉडीने खूप वेळ वाट पाहिली, पण तिचा नवरा घरी परतलाच नाही. कुत्र्यांशेजारी मांजरही शेकोटीपाशी झोपलं होतं. आपल्याला उचलून पुन्हा बागेत ठेऊन दिलं जाईल या भीतीने तिने आपल्या पायाची नखं गालिचामध्ये रुतवून ठेवली होती. घड्याळाचे काटे मंद गतीने पुढे सरकत होते. एंजेलाने दवाखान्यात फोन केला पण फोन उचलला गेला नाही. कदाचित एखादी इमर्जन्सी आल्यामुळे त्याला उशीर झाला असावा असा तिच्या मनात विचार आला, पण तिला आतून कुठे तरी वाटत होतं की तो मुद्दाम तिच्यापासून दूर राहण्याचा प्रयत्न करतोय. तिने पुस्तक डोळ्यासमोर धरलं पण वाचनात तिचं मन रमेना. तिने टी.व्ही लावला. एका चॅनलवर राजकीय घडामोडी दाखवल्या जात होत्या, दुसऱ्यावर एक अश्लील नाटक सुरू होतं. तिसऱ्यावर विषारी सापांची माहिती सांगितली जात होती, तर चौथ्यावर बॅले सुरू होता. तिने कंटाळून टीव्ही बंद केला. कपाट उघडून तिने डस्टर व पॉलिशचा डबा बाहेर काढला व ती मुळात स्वच्छ असलेलं घर पुन्हा स्वच्छ करू लागली.

दहा वाजता तिने पोलीस स्टेशनला फोन लावला. मी डॉक्टरला शोधून आणतो असं हॅमिश तिला म्हणाला. तिला वाटलं की डॉक्टर कुठे असेल हे हॅमिशला पक्कं ठाऊक असणार.

साडेदहा वाजता किचनचं दार उघडलं गेलं आणि डॉक्टर आत आला, म्हणजे तोल जाणाऱ्या डॉक्टरला घट्ट पकडून हॅमिश त्याला घेऊन आला होता. आपल्या बायकोकडे लक्ष जाताच नशेत असलेला डॉक्टर, लॉच लोमंडच्या चालीवर एक गाणं मोठमोठ्याने गाऊ लागला, ''अरे, मी तर आत्ताच ट्रिक्सी थॉमसला ठार मारलं, तिचा नासका मेंदू चेचून टाकला.''

''डॉक्टर, चल, बिछान्यावर जाऊन झोप,'' हॅमिश म्हणाला. ''चल, बेडरूम कुठेय?''

''माडीवर,'' एंजेला क्षीण आवाजात म्हणाली.

डॉक्टरचं गाणं सुरूच होतं. हॅमिशने त्याला कसंबसं बिछान्यावर आडवं केलं.

यापूर्वी आपला नवरा कधीच इतका बेफाम दारू पिऊन घरी आल्याचं तिला आठवत नव्हतं. पण सतत सिगरेट ओढल्यामुळे आणि बाहेरचं अरबट-चरबट खाल्ल्यामुळे आज ना उद्या तो स्वत:चा सत्यानाश ओढवून घेणार असल्याचा

इशारा ट्रिक्सीने अलीकडेच तिला दिला होता. तिचं एक मन तिला सांगत होतं की, त्याच्या अशा पिण्याला आपणच जबाबदार आहोत; पण तिने त्या मनाकडे लक्ष न द्यायचं ठरवलं. तिच्या पायात ट्रिक्सीसारखेच पांढरे कॅनव्हासचे बूट होते. आपले पाय सोफ्याखाली दडवत, ती हॅमिश निघून जायची वाट पाहत राहिली.

आपल्या नवऱ्याच्या भल्यासाठीच ट्रिक्सी थॉमस त्याच्याशी मुद्दाम कडक वागत होती. इन्व्हर्नेसमधल्या दंतवैद्याकडे जायला पॉल मुळीच तयार नव्हता, तर त्याने कोणत्याही परिस्थितीत त्याच्याकडे जायलाच हवं हे ट्रिक्सी त्याला पुन्हा पुन्हा निक्षून सांगत होती. घराबाहेरच्या अंगणातच त्यांचं हे भांडण जुंपल्यामुळे, त्याची खबर वाऱ्यासारखी गावभर पसरली होती.

"अरे, हा तर एखाद्या लहान मुलासारखा डेंटिस्टला घाबरतोय." खो खो हसत आर्ची मॅक्लिन म्हणाला. वयाच्या एकविसाव्या वर्षीच त्याला आपले सर्व दात काढून टाकावे लागले असल्याने त्याला पुन्हा कधीच दंतवैद्याची पायरी चढावी लागली नव्हती.

त्यानंतर पॉल व्हॅन चालवत गावाबाहेर पडल्याचं सगळ्यांनी पाहिलं होतं. ट्रिक्सीच्या लॉजवर राहणारी मिसेस केनेडी दुपारी एक वाजता आपल्या सदैव किरकिरणाऱ्या पोरांना घेऊन परत आली व मुलांसाठी सँडविचेस करून देशील का असं विचारण्यासाठी ती ट्रिक्सीच्या दरवाजापाशी येऊन उभी राहिली. पावसाची संततधार सुरू होती आणि आता भूक असह्य झाल्याने मुलं भोकाड पसरून रडत होती, पण ट्रिक्सी बाहेर येण्याचं काही चिन्ह दिसत नव्हतं आणि तिच्या बेडरूमचा दरवाजा बंद होता.

एंजेला ब्रॉडी दुपारी दोन वाजता तिथे आली. मिसेस केनेडी अजूनही तिथे आशेने उभी होती. "मिसेस थॉमस अगदी गाढ झोपलेली दिसतेय." ती म्हणाली. "मी कितीतरी वेळ तिला हाका मारतेय पण ती उत्तर देत नाही."

एंजेला जिना चढून वर गेली आणि तिने ट्रिक्सीच्या दरवाजावर जोरजोरात थापा मारल्या. ट्रिक्सी व पॉल वेगवेगळ्या खोल्यांत झोपत असत. आपण आपल्या घरातील जास्तीत जास्त जागा भाड्याने देणार असं सांगणाऱ्या त्या जोडप्याने, स्वत:साठी मात्र वेगवेगळी खोली ठेवण्याची चैन करावी ही गोष्ट तशी अनाकलनीय होती. एंजेला क्षणभर बिथरली. मग तिने पुन्हा दरवाजावर थापा मारल्या पण आतून काहीच प्रतिसाद आला नाही.

तो व्हिक्टोरियन काळातील मोठा बंगला होता. खिडकीच्या काचेवर एक माशी एकसुरी आवाजात गूं गूं करत होती. जिन्याखालून मिसेस केनेडीच्या मुलांनी "आम्हाला सँडविच हवंय." असा एकच घोशा लावला होता.

पॉल इन्व्हर्नेसला गेलाय ही गोष्ट एंजेलाला माहीत होती. अर्थात, गावातल्या प्रत्येकालाच ते ठाऊक होतं.

ट्रिक्सीच्या दरवाजामागची शांतता आता मात्र विचित्र व भयाण वाटू लागली होती.

एंजेला घाबरली. ट्रिक्सीला मोठ्याने हाका मारत ती जोरजोरात दार खडखडवू लागली.

पुन्हा तिने कानोसा घेतला. पुन्हा तीच जीवघेणी शांतता. केनेडी कुटुंब आता गप्प होऊन गेलं होतं. काचेवर माशी गूं गूं करत होती व छपरावर पाऊस जोरात कोसळू लागला होता.

एंजेलाने आता मदत घ्यायचं ठरवलं. कुणाच्या तरी मदतीने दरवाजा उघडला गेला आणि ट्रिक्सी आतमध्ये गाढ झोपलेली आढळली, तर सर्वांसमोर आपण मूर्ख ठरू हे तिला समजत होतं, पण केवळ मूर्ख ठरण्याच्या भीतीने लोकांनी दरवाजा उघडण्याचं टाळल्याच्या व नंतर आतील व्यक्ती मरून पडल्याच्या अनेक घटना तिने पेपरमध्ये वाचल्या होत्या.

हॅमिश आपल्याला हसणार असं तिला वाटलं होतं पण कॅप चढवत तो लगेच तिच्या पाठोपाठ ट्रिक्सीच्या घरी आला. त्याचा चेहरा गंभीर व चिंताक्रांत दिसत होता. खराब हवेमुळे आपल्याला उदास वाटतंय अशी तो स्वत:च्या मनाची समजूत काढत होता. चिलटांपासून बचाव करण्यासाठी त्याने खिशातून ट्यूब काढून चेहऱ्यावर मलम चोपडलं.

जिन्याखाली उभ्या असलेल्या केनेडी कुटुंबाकडे दुर्लक्ष करून हॅमिश थेट जिना चढून वर गेला व त्याने ट्रिक्सीचा दरवाजा जोरजोरात ठोठावला. मग मान वाकडी करून काही क्षण त्याने आतल्या शांततेचा कानोसा घेतला.

"मागे सरक," तो एंजेलाच्या अंगावर ओरडला.

सर्वशक्तीनिशी त्याने दारावर जोरात लाथ मारली आणि लॅच तुटून दरवाजा धाडकन उघडला गेला.

ट्रिक्सी थॉमस बिछान्यावर अस्ताव्यस्त पडलेली होती व तिचा चेहरा केसांखाली झाकला गेला होता. त्याने तिच्या चेहऱ्यावरचे केस मागे सारले व तिच्या वेड्यावाकड्या दिसणाऱ्या चेहऱ्याकडे तो निरखून पाहू लागला. मग त्याने तिची नाडी तपासली.

"तुझ्या नवऱ्याला ताबडतोब इथे घेऊन ये." तो मान तिरपी करत म्हणाला.

"म्हणजे ती...?" एंजेलाने आपल्या दोन्ही हातांनी आपला चेहरा झाकून घेतला.

"हो. पण आधी त्याला बोलाव."

एंजेला धापा टाकत दवाखान्यात पोहोचली आणि कंपाउंडरला न विचारता थेट आत घुसली.

"ताबडतोब माझ्याबरोबर चल," एंजेलाच्या तोंडून कसेबसे शब्द फुटले.

डॉक्टर ब्रॉडी मिसेस वेलिंग्टनला तपासत होता. तिच्या उघड्या प्रचंड स्तनांवर त्याने स्टेथोस्कोप लावला होता. इतक्या मोठ्या आकाराचे स्तन यापूर्वी कधी न पाहिल्यामुळे एंजेला किंचाळली.

"मिसेस ब्रॉडी, तू आत कशी आलीस?" तितक्याच प्रचंड आकाराची ब्रेसियर चटकन अंगात चढवत मिसेस वेलिंग्टन चिडून म्हणाली.

"ट्रिक्सी... ट्रिक्सी मेली आहे." एंजेला म्हणाली व एकदम बांध फुटून ढसढसा रडू लागली.

"अरे बापरे, काय सांगतेस?" मिसेस वेलिंग्टन दचकून म्हणाली.

डॉक्टर ब्रॉडी हातात बॅग घेऊन आपल्या गाडीकडे धावला. हॅमिश ट्रिक्सीच्या बेडरूममधे त्याची वाट बघत बसला होता. "शक्यतो तिला आहे त्याच अवस्थेत राहू दे," डॉक्टर आत येताच तो म्हणाला, "मी बाहेरच्या बाजूला एक नजर टाकून येतो."

डॉक्टरची तपासणी पूर्ण होईपर्यंत हॅमिश पुन्हा खोलीत आला.

"मी डेथ सर्टिफिकेट लिहून देतो," डॉक्टर म्हणाला. "हृदयविकाराचा तीव्र झटका. संशयाला दुसरी जागाच नाही."

हॅमिशने डोळे बारीक करून त्याच्याकडे पाहिले व तो शांतपणे म्हणाला, "जा, पुन्हा नीट तपास. माझ्यामते तरी तिच्यावर विषप्रयोग झालाय."

"हा खून आहे, डॉक्टर, अगदी नि:संशय!"

चार

जणू सदगुणांचा पुतळाच!
– ऑलिव्हर गोल्डस्मिथ

ट्रिक्सीच्या मृत्यूनंतर उजाडलेला दिवस अतिशय सुंदर व प्रसन्न होता. काळे ढग नाहीसे झाले होते व निरभ्र आकाशात सूर्य तळपू लागला होता. पोलीस स्टेशनच्या फाटकावर झुलणाऱ्या गुलाबांभोवती मधमाश्यांनी फेर धरला होता. हॅमिश मात्र स्ट्रॅथबेनच्या प्रयोगशाळेतून काय बातमी येतेय याची उत्सुकतेने वाट पाहत होता.

त्याच्या मनात अनेक प्रश्न उभे होते. प्रश्नांची सुरुवात डॉ. ब्रॉडीपासून होत होती. हृदयविकाराचा झटका हेच मृत्यूचं निदान असल्याचं तो इतक्या ठामपणे का सांगत होता. विषप्रयोगामुळे मृत्यू झाल्याचं प्रयोगशाळेत सिद्ध होईल अशी अंधूक आशा हॅमिशला अजूनही वाटत होती.

मनातला हा संशय त्याने मिस्टर डेव्हियटपाशी बोलूनही दाखवला होता. ट्रिक्सीच्या मृत्यूची खबर द्यायला जेव्हा हॅमिश हॉटेलवर पोहोचला, तेव्हा सुपरिंटेंडंट सामानाची बांधाबांध करून घरी निघायच्या तयारीत होता. ट्रिक्सीचा मृत्यू ही त्याला फारशी गंभीर घटना वाटली नव्हती, याचं हॅमिशला आश्चर्य वाटलं होतं. पण हॅमिशला हे ठाऊक नव्हतं की, हॅमिश हा अगदी गावंढळ व वेंधळा आहे असं ब्लेअरने सुपरिंटेंडंटला आधीच सांगितलं होतं व हालबर्टन-स्मिथच्या घरी झालेल्या पार्टीमधलं हॅमिशचं विक्षिप्त वागणं पाहून, मिस्टर डेव्हियटला हॅमिशच्या बावळटपणाची खात्रीच पटली होती.

मात्र मिस्टर डेव्हियट स्वत: ट्रिक्सीच्या घरी गेला होता व स्ट्रॅथबेनवरून आलेल्या न्यायवैद्यक पथकाने, ट्रिक्सीच्या स्वयंपाकघरातील प्रत्येक वस्तू तपासणीसाठी नेल्याची खात्री करून, मगच तो स्ट्रॅथबेनला निघून गेला होता.

पॉल थॉमसला ही दुर्दैवी बातमी देण्याची पाळी हॅमिशवरच आली. एवढा धिप्पाड माणूस; परंतु बायकोच्या मृत्यूची बातमी ऐकून अगदी केविलवाणा झाला. त्याच्या कपड्यांच्या आत एकदम आक्रसल्यासारखा झाला. शेवटी डॉ. ब्रॉडीने त्याला झोप लागण्याकरता गुंगी आणणारं औषध दिलं. त्या दु:खी पतीचं सांत्वन करायला ट्रिक्सी फॅन क्लबच्या महिला अगदी तत्पर होत्या.

डिटेक्टिव्ह चीफ इन्स्पेक्टर ब्लेअरचं आगमन अपेक्षितच होतं. परंतु मागे घडलेल्या दोन खुनांच्या वेळी पत्रकारांनी जशी भाऊगर्दी केली होती, तशी ह्या वेळेस होण्याची शक्यता मात्र मुळीच नव्हती... अर्थात ट्रिक्सीचा खून झालाय हे अजून सिद्ध झालं नव्हतं. शिवाय गावात झालेल्या एका सामान्य गृहिणीच्या खुनाला प्रसिद्धी ती काय मिळणार? फार फार तर तो स्थानिक पत्रकारांच्या कुतूहलाचा विषय ठरू शकतो.

घरातली खुर्ची घेऊन तो बागेत आला व पाय लांब सोडून खुर्चीत बसला. लॉचडभच्या बायका इतक्या चटकन ट्रिक्सीच्या कह्यात कशा काय गेल्या असाव्यात? तो विचार करू लागला. तिचं व्यक्तिमत्व नक्कीच प्रभावी व भुरळ पाडणारं होतं. शिवाय गावातल्या बायका ह्या अजूनही जुन्या विचारसरणीच्याच होत्या. म्हणजे आयुष्यभर त्यांनी घरकामाखेरीज दुसरा कोणताही उद्योग केला नव्हता. नोकरी करण्याचा विचारही त्यांच्या मनाला कधी शिवला नव्हता. दुसरी गोष्ट म्हणजे लॉचडभमधे एकही सिनेमा थिएटर किंवा नाट्यगृह नव्हतं. डिस्को, पार्ट्या, काही काहीसुद्धा नव्हतं. टेलिव्हिजनचं आकर्षण केव्हाच संपून गेलं होतं. ट्रिक्सीमुळे त्यांना जगण्याचा नवा हेतू सापडला होता. ज्या काळात स्त्रियांनी केवळ घरकाम करणं हे मागासलेपणाचं लक्षण समजलं जात होतं, त्या काळातही त्यांना घरात बसून संसार करण्यात धन्यता वाटत होती. एकत्र कुटुंबपद्धतीही लयाला गेली होती. हॅमिशच्या अचानक लक्षात आलं की ह्या बायकांपाशी वेळच वेळ होता पण त्या वेळात काय करायचं हे मात्र त्यांना ठाऊक नव्हतं. काहींना अचानक वैधव्य आलं, परंतु तरीही त्या काम शोधण्यासाठी इन्व्हर्नेस किंवा स्ट्रॅथबेनला गेल्या नाहीत. त्या चाकोरीबद्ध आयुष्य जगल्या. शिक्षण संपल्या संपल्या लगेच लग्न झाल्यामुळे त्यांनी बाहेरचं जग कधीच पाहिलं नव्हतं. कष्ट करण्यात मात्र त्यांनी केव्हाच कसूर केली नव्हती. घरकामाबरोबर बागकाम व नवऱ्याने जर भाड्याने शेत घेतलं असेल तर नवऱ्याच्या बरोबरीने त्या शेतातही राबत असत. पण इथला हिवाळा खूप मोठा असे. त्या काळात जनजीवन ठप्प होऊन जाई आणि तसंही त्यांना कुठल्याच कामाची मजुरी मिळत नसे. इथले पुरुषही प्रेमाखातर लग्नबंधनात अडकले नव्हते. आईच्या मृत्यूनंतर घरी स्वयंपाक करायला, घर चालवायला कुणीतरी हवं म्हणून नाईलाजाने त्यांना लग्न करावं लागलं होतं.

प्रिसिलाने एंजेला ब्रॉडीबद्दल व्यक्त केलेलं मत, हॅमिशला पटलं होतं. पुस्तकात डोकं खुपसून अभ्यास करत बसण्याचा तिचा पिंड होता. हुशारी भरपूर पण व्यवहारज्ञान शून्य. समोरच्या माणसाचा तिला कधीच अंदाज आला नाही. एंजेला आता पुन्हा पूर्वीसारखी वागू लागेल व त्यांचा संसार परत सुरळीत सुरू होईल असं हॅमिशला प्रकर्षानं वाटलं पण असं होईल का? कारण पुस्तक सोडून इतर अनेक गोष्टींत आता तिला रस वाटू लागला होता.

हॅमिश उठला व पोलीस स्टेशनमधे जाऊन एक फाईल शोधू लागला. कधीतरी उपयोगी पडतील या हिशोबाने त्याने अनेक फोन नंबर्स टिपून ठेवले होते. अखेर त्याला हवी असलेली फाईल सापडली. त्याने मिल्टन केन्स येथील मुक्त विद्यापीठात फोन लावला. 'मी मिसेस ब्रॉडीच्या वतीने बोलत आहे व तिला तुमच्या विद्यापीठातून शास्त्र शाखेची पदवी मिळवायची इच्छा आहे. आपण त्यासंबंधीचे माहितीपत्रक व अर्ज पाठवू शकाल का?' मिसेस ब्रॉडीच्या आवडीची गोष्ट त्याने तिला मिळवून दिली होती. पदवी मिळवण्यासाठी तिला कॉलेजात जायची आवश्यकता नव्हती. ती घरी बसून अभ्यास करू शकत होती.

तो पुन्हा बागेतल्या खुर्चीत जाऊन बसला. पाय मोकळे सोडून त्याने डोळे मिटून घेतले. त्याच्या कानावर वेगवेगळे आवाज ऐकू येऊ लागले. बोटीवरच्या इंजिनाचा आवाज, मोटारींनी वळणावर करकचून मारलेले ब्रेक्स, रेडिओतली दुरून ऐकू येणारी गाणी, सीगल्सच्या कर्कश्श ओरडण्याचा आवाज. अचानक त्याला तरुणपणी ऐकलेल्या चंडोल पक्ष्याच्या मंजुळ आवाजाची आठवण झाली. तो आवाज कानी पडला की त्याला स्वर्गीय विश्वात गेल्यासारखं वाटायचं. लॉचडभमधे आता एकही चंडोल उरला नसल्याची खंत त्याला वाटत असे. ज्याने त्याचा सुरेल आवाज ऐकला तो मनुष्य नास्तिक राहूच शकत नाही असं त्याचं ठाम मत होतं.

"आळश्यासारखा बसून तू आजारी कसा पडत नाहीस?" अचानक एक जाडाभरडा आवाज त्याच्या कानावर आदळला व हळूहळू त्याच्या अंगावर एक मोठी सावली पसरत गेली. हॅमिशने डोळे उघडले व तो धडपडत उठून उभा राहिला. डिटेक्टिव्ह चीफ इन्स्पेक्टर ब्लेअर त्याच्याकडे रोखून पाहत होता व त्याच्यामागे होते ब्लेअरचे दोन मदतनीस, जिमी अँडरसन व हॅरी मॅक्नॅब.

ब्लेअर भडकलेला दिसत होता. लॉचडभ हॉटेलने किंमतीत भरमसाठ वाढ केल्याचं डेव्हियटने त्याला सांगितलं होतं. त्यामुळे आता त्या तिघांना रोज स्ट्रॅथबेनवरून दीड तासाचा प्रवास करून इथे यावं लागणार होतं. त्यात हॅमिश असा पाय मोकळे सोडून उन्हात अंग शेकत बसल्याचं पाहून त्याचा राग अनावर झाला होता.

"आत्ताच आमच्या हातात प्रयोगशाळेचा रिपोर्ट आलाय," ब्लेअर म्हणाला. "कुणीतरी जालीम विष पाजल्यामुळे त्या थॉमस बाईचा मृत्यू झालाय."

“जालीम विष?” हॅमिश उत्तेजित होत म्हणाला. “कसलं विष? उंदरांना मारण्याचं?”

“रिपोर्टमध्ये ‘जालीम विष’ एवढाच उल्लेख आहे.” ब्लेअर म्हणाला.

“आणि तिच्या पोटात काय सापडलं?”

“भात, करी, पाव आणि केक. करीमधून विष पाजलं गेलं असावं असा त्यांचा अंदाज आहे.”

हॅमिश क्षणभर गप्प बसला. डॉ. ब्रॉडीने केलेलं विचित्र वर्तन ब्लेअरच्या कानावर घालणं, हे त्याचं कर्तव्य होतं. त्याला डॉक्टर ब्रॉडी आवडायचा आणि ब्लेअरच्या कचाट्यात तो सापडू नये असं हॅमिशला मनापासून वाटत होतं, पण डॉ. ब्रॉडी स्वत:ची बाजू मांडायला समर्थ होता हे ही त्याला ठाऊक होतं. यावर सर्वांत उत्तम मार्ग म्हणजे मीच डॉक्टरची जबानी घेतो असं ब्लेअरला सांगायचं त्याने ठरवलं.

“एक गोष्ट तुला सांगायची आहे.” हॅमिश म्हणाल. “जेव्हा डॉक्टर ब्रॉडीने प्रेताची पहिल्यांदाच तपासणी केली तेव्हा हार्ट अ‍ॅटॅकमुळे ट्रिक्सीचा मृत्यू झालाय असं तो डेथ सर्टिफिकेटमधे लिहिणार होता.”

“काय?” ब्लेअरचे डोळे चमकले.

“म्हणून मला काय वाटतं की मी दवाखान्यात जाऊन त्याची जबानी घेतो,” हॅमिश म्हणाला.

“हे बघ मित्रा, तू फक्त तुझी नेहमीची कामं करत राहा,” ब्लेअर कुत्सित हसत म्हणाला. “पण हो, याखेपेस मी तुला ह्या केसच्या अगदीच बाहेर ठेवणार नाही. असं कर, तू उद्या इन्व्हर्नेसला जा आणि त्या दंतवैद्याची जबानी घेऊन ये.”

“अरे पण, इन्व्हर्नेस पोलीस स्टेशनला फोन केला तर ते त्याची जबानी घेऊ शकतील की!”

“तुला सांगितलेलं काम गुपचूप कर,” ब्लेअरने त्याला झापलं व आपल्या दोन मदतनिसांना घेऊन तो तिथून निघून गेला.

हॅमिशने एक उसासा सोडला. उद्या इन्व्हर्नेसमधेही आजच्यासारखीच छान हवा असावी एवढीच त्याची इच्छा होती. ब्लेअरने जरूर ह्या खुनाचा छडा लावावा. ट्रिक्सी थॉमसचा खून कोणी केला याच्याशी त्याला काहीही देणंघेणं नव्हतं.

समोरच्या बाजूला पडक्या भिंतीवर बसलेल्या पॉल थॉमसकडे त्याची नजर गेली. टाऊझरला बरोबर घेऊन तो पॉलला भेटायला निघाला.

पण त्याच्यापाशी पोहोचण्याआधीच हॅमिशची गाठ ट्रिक्सीच्या लॉजवर राहणाऱ्या मिसेस केनेडीशी पडली. “आम्हाला अजून किती दिवस इथे राहावं लागणार?” ती तक्रारीच्या सुरात म्हणाली, “आम्हाला लवकरात लवकर ग्लासगोला जायचंय.”

“अजून थोडे दिवस थांबावं लागेल.” हॅमिश म्हणाला.

“पण आम्ही तर इथे सुट्टीसाठी आलो होतो आणि माझ्यावर बाजारातून धान्य विकत आणायची व स्वयंपाक करायची वेळ आली आहे. पोलिसांनी किचनमधल्या सर्व वस्तू नेल्या. तुला एक पैसासुद्धा देणार नाही असं मिस्टर थॉमसला मी स्पष्ट सांगून टाकलंय,” ती म्हणाली.

तुमची लवकरात लवकर सुटका करण्याचा मी प्रयत्न करतो, असं मिसेस केनेडीला आश्वासन देऊन तो पॉलकडे वळला. पॉलने निराश नजरेने त्याच्याकडे पाहिलं.

“फारंच वाईट गोष्ट घडली,” हॅमिश त्याच्या खांद्यावर हात ठेवत म्हणाला.

पॉलचे डोळे भरून आले. “कोणी हे कृत्य केलं असेल? सगळ्यांचंच तिच्यावर प्रेम होतं.”

“हे गाव फार छोटं आहे. कुणी केलं, हे आम्ही लवकरच शोधून काढू.” हॅमिश त्याची समजूत काढत म्हणाला.

पॉलने त्याच्या खांद्यावर डोकं ठेवलं. “तू शोधून काढ,” तो म्हणाला. “हे काम त्या मूर्ख ब्लेअरवर सोपवू नकोस.”

“हो, माझ्यावर विश्वास ठेव,” हॅमिश म्हणाला. “तुझ्यासोबत कोणी आहे?”

“इथली लोकं फार प्रेमळ आहेत.” पॉलच्या डोळ्यांतून अश्रुधारा वाहू लागल्या. शर्टाच्या बाहीने त्याने डोळे पुसले.

“मला मिसेस केनेडी भेटली, पण तुझं दुसरं गिऱ्हाईक कुठे आहे?”

“तो? असेल कुठेतरी.”

“बऱ्याच दिवसांपासून तो इथे राहतोय, नाही का? पैसे मिळवण्यासाठी तो काय उद्योग करतो?”

“तो लेखक आहे. रात्रंदिवस टाईपरायटर बडवत असतो.”

“नाव काय त्याचं? विसरलो मी.”

“जॉन पार्कर.”

“आलं लक्षात. त्याच्याशी जरा बोलून येतो. तू जाऊन जरा विश्रांती का घेत नाहीस? तुझ्या मनावर खूप ताण आलाय.”

“मी झोपूच शकत नाही.” पॉलचा चेहरा बघवत नव्हता. “डोळे मिटले की तिचा तो मृत चेहरा डोळ्यांसमोर येतो.”

“तू कुठल्या तरी कामात स्वत:ला अडकवून घ्यायला हवंस. तू अजून बागकाम करतोस?”

“मी करायचो, पण ट्रिक्सीने ते काम स्वत:च्या हातात घेतलं होतं... आणि ती माझ्यापेक्षा सरस काम करायची.”

“चल, आपण तुझ्या बागेत एक फेरी मारूया,” हॅमिश त्याला म्हणाला.

दोघेजण चालत मागच्या बागेत आले. ''बऱ्याच दिवसांत इथे कुणी फिरकलेलं दिसत नाही. गवत किती वाढलंय,'' हॅमिश म्हणाला. ''तू पुन्हा काम करायला का सुरुवात करत नाहीस?''

पॉलने मख्खपणे मान हलवली व तो खाली वाकून गवत उपटू लागला.

हॅमिशने मोटारीचा आवाज ऐकला. पॉलला सोडून तो पुढच्या बाजूला आला. लेखक जॉन पार्कर गाडीतून उतरत होता.

''वाईट घडलं,'' हॅमिशला पाहताच तो म्हणाला.

''खून झाला त्या दिवशी तू काय करत होतास याबद्दल सी.आय.डी. खात्याने तुझी चौकशी केली की नाही?'' हॅमिशने विचारलं

''अजून तरी नाही.''

''थोड्या वेळात ते तुला गाठतीलच. तू लेखक आहेस म्हणे? पुस्तकाच्या दुकानात तुझं नाव वाचलंय का, हे आठवण्याचा मी प्रयत्न करतोय.''

''माझं नाव तू वाचलं नसणार. मी ब्रेट सॅडलर या नावाने लिहितो.''

''तू ब्रेट सॅडलर आहेस? म्हणजे ज्याने 'वेस्टर्नस्' लिहिलंय.

''तोच मी,'' जॉन मंद स्मित करत म्हणाला.

''बेट सॅडलर हा नक्की अमेरिकन माणूस असणार असं मला नेहमी वाटायचं.''

''मला अमेरिकन माणसं खूप आवडतात,'' जॉन म्हणाला. ''मी प्रत्येक वेस्टर्न चित्रपट पाहिलाय. मला ती त्यांची जुनी स्टाईल आवडते. आता त्यांना बाजारात पुन्हा भाव आलाय. माझ्या पुस्तकावर आता चित्रपट बनवला जाणार आहे. नुकतेच मी माझे हक्क एका कंपनीला विकले. म्हणून तर इथे सुट्टीसाठी येऊ शकलो.''

''बापरे! म्हणजे तू तर करोडपती असणार.''

''नाही रे बाबा,'' जॉन म्हणाला. ''मला फक्त पंचवीस हजार डॉलर्स मिळाले. त्यामधून एजंटची फी आणि ब्रिटिश सरकारचा टॅक्स कापून माझ्या हातात फारच थोडे पैसे उरले. ट्रिक्सीचा मृत्यू झाला तेव्हा मी कुठे होतो हे जाणून घ्यायची इच्छा असेल तर सांगतो, मी त्या उंच पर्वतावर कार घेऊन निघालो होतो. मला ती जागा फार आवडते. कमालीची शांतता असते तिथे.''

''तिथे जाताना तुला कोणी पाहिलं होतं?''

''नाही. मला कुणीच भेटलं नव्हतं,'' तो हसत म्हणाला.

''त्या दिवशी तिच्या घरी जी करी आढळली, ती तुमच्यापैकी कुणी खाल्ली होती?''

''मला तसं वाटत नाही. तिने दुपारच्या जेवणात ती घेतली असावी. केनेडी

कुटुंबाने सँडविचेस खाल्ली होती. मिसेस केनेडीला तर करी पाहूनच शिसारी येते. मी तर इथे नव्हतोच आणि पॉल इन्व्हर्नेसला गेला होता.''

''ज्या भांड्यात ती करी बनवली गेली होती. ते भांडं त्या न्यायवैद्यक पथकाच्या माणसांना सापडलं?''

''शक्यच नाही. स्वयंपाकघरातलं प्रत्येक भांडं अगदी धुवून पुसून स्वच्छ ठेवलेलं होतं. ट्रिक्सी स्वच्छतेची भोक्ती होती.''

''तू तिला आधीपासून ओळखत होतास?''

''नाही. चल, मला जाऊन लिखाण करायचंय.'' हात हलवून निरोप घेत तो घरात शिरला.

हॅमिशला त्यानंतर आर्ची मॅक्लिनची आठवण झाली. ट्रिक्सीचा हात हातात घेऊन तो आपल्या बोटीत बसला होता, ही गोष्ट गावभर झाली होती. मिसेस मॅक्लिनला हे समजलं होतं?

नदीच्या काठाने तो चालत असताना समोरून संथ गतीने येणारी प्रिसिलाची व्हॅन त्याला दिसली. प्रिसिला आपल्याकडे दुर्लक्ष करून सरळ पुढे निघून जाणार असं त्याला वाटलं. म्हणून तो हात पसरून तिच्या वाटेत उभा राहिला.

''काय झालं, इन्स्पेक्टर?'' प्रिसिलाने विचारलं. ''वेगात गाडी चालवण्याचा आरोप तू माझ्यावर करू शकत नाहीस.''

''तुझ्याशी जरा गप्पा मारायच्या होत्या.''

''मी घाईत आहे.''

''अरे, अरे, एवढं काय झालंय? तुझा चेहरा तर लालबुंद झालाय.''

प्रिसिला थेट नाकासमोर पाहत राहिली. ट्रिक्सीने सांगितलेल्या त्या स्वेटरच्या किश्श्यावरून ती हॅमिशवर चिडली होती. ट्रिक्सी खोटं बोललेली असणार हे ती जाणून होती पण हॅमिशच्या पूर्वीच्या प्रेमप्रकरणांविषयी ती बरंच ऐकून होती. हॅमिश तिच्याकडे ओढला गेलाय याची तिला मुळीच कल्पना नव्हती. त्याला आपण आवडतो हे तिला माहीत होतं पण अनेकदा तो आपल्याला बावळट व त्याच्यापेक्षा खूपच तरुण असल्याचं समजतो अशी तिची समजूत होती.

प्रिसिला उत्तर देत नसल्याचं पाहून हॅमिश म्हणाला, ''माझ्याविरुद्ध तुझे कुणी तरी कान भरवलेले दिसतात. तुझ्या वडिलांचं तर हे काम दिसत नाही, कारण माझ्याबद्दल त्यांना जे म्हणायचं होतं ते सगळं ते केव्हाच बोलून मोकळे झालेत. मग दुसरं कोण असेल?''

''मला वाटतं, तू ट्रिक्सीच्या मागे थोडा पागल झाला होतास.''

''अरे वा! लॉचडभमध्ये मी एकटाच त्या बाईविरुद्ध होतो,'' हॅमिश म्हणाला. ''आणि दुसरा म्हणजे डॉक्टर ब्रॉडी.''

"ती मला भेटली, तेव्हा तिच्या अंगावर तुझा जुना स्वेटर होता," प्रिसिला म्हणाली. "तू म्हणे तिच्यावर फिदा झाला होतास आणि तुझा स्वेटर तिला भेट दिला होतास."

"मी तिला काहीही दिलेलं नाही," चकित होऊन हॅमिश म्हणाला. बराच वेळ विचार करून तो म्हणाला, "आत्ता आलं लक्षात. ती एकदा तुझ्या वडिलांच्या गाडीतून गेली होती. तू माझ्याबरोबर पळून जाऊन लग्न करणार ही त्यांना वाटणारी चिंता त्यांनी तिच्याजवळ बोलून दाखवली असणार. त्यानंतर ती माझ्याकडे आली होती. टॉयलेटला जायचंय असं सांगून ती बराच वेळ गायब होती व मग पुढच्या दारानेच बाहेर पडली. केवळ तुला जळवण्यासाठी तिने माझा स्वेटर पळवला असणार," मोटारीवर झुकत तो म्हणाला. "तू चिडली नाहीस म्हणून मला खूप बरं वाटलं."

"माझ्या एखाद्या मित्राला ती मूर्ख बनवू शकते, या एवढ्याच गोष्टीची मला चीड आली," प्रिसिला म्हणाली. "हॅमिश, मला जायला हवं. घरी माझी वाट बघताहेत."

"उद्या गप्पा मारायला येशील?" हॅमिशने विचारलं.

"मी नाही येऊ शकणार. उद्या मी माझी गाडी गोल्स्पीच्या गॅरेजमधे सर्व्हिसिंगसाठी देणार आहे आणि त्यानंतर आईसाठी थोडी खरेदी करायला ट्रेनने इन्व्हर्नेसला जाणार आहे."

"उद्या मी सुद्धा इन्व्हर्नेसला जातोय," हॅमिश म्हणाला. "तू कितीची गाडी पकडणार आहेस?"

"साडे बारा वाजता."

"मी तुला इन्व्हर्नेस स्टेशनवर भेटतो. आपण बाहेर जेवू व मग मी तुला माझ्या गाडीने घरी सोडतो."

"ठीक आहे," प्रिसिला म्हणाली. "आता तरी माझ्या वाटेतून बाजूला हो."

गाडी दिसेनाशी होईपर्यंत तो पाहत राहिला. तो मनातून खूश झाला होता.

मग त्याने मिसेस मॅक्लिनला जाऊन भेटायचं ठरवलं. त्या दिवशी वटवाघळांच्या सुरक्षिततेसाठी केलेल्या निदर्शनामध्ये मिसेस मॅक्लिन सहभागी झाली नव्हती. ट्रिक्सीच्या जाळ्यात मध्यमवर्गीय स्त्रिया सापडल्या होत्या. घरात अत्याधुनिक साधने असल्यामुळे त्यांच्यापाशी भरपूर वेळ होता.

तो पोहोचला तेव्हा मिसेस मॅक्लिन गुडघ्यावर बसून फरशी पुसत होती. रेडिओवरून जोरजोरात स्कॉटिश संगीत ऐकू येत होतं. त्याने तिला हाक मारली पण तिला ती ऐकू आली नाही. हॅमिशने रेडिओ बंद करताच तिने त्याच्याकडे पाहिलं.

"तुला काय हवंय रे, बिनकामाच्या." हातातल्या फडक्याने जोरजोरात फरशी घासत ती म्हणाली.

हॅमिशने उसासा सोडला. लॉचडभसारख्या छोट्या गावात इन्स्पेक्टर म्हणून काम करण्याचा तोटा म्हणजे लोकांच्या मनात तुमच्याबद्दल दराराच निर्माण होत नाही.

"ट्रिक्सी थॉमसच्या मृत्यूसंबंधात मी चौकशी करायला आलोय," तो म्हणाला.

"का?" मिसेस मॅक्लिन पायाच्या चवड्यांवर बसत म्हणाली. "ती बाई मेली, ते बरंच झालं."

"तो प्रश्न नाही," तो म्हणाला. "तुझी तिच्यावर खुन्नस होती म्हणून मला तुझा संशय येतोय." तिच्याकडे रोखून पाहत त्याने आरोप केला. पण मानेला झटका देत तिने त्याच्याकडे तुच्छतापूर्वक कटाक्ष टाकला.

"माझ्या मूर्ख नवऱ्याला तिने उल्लू बनवलं. त्याला वाटलं की ती खरंच त्याच्या प्रेमात पडलीये. खरं म्हणजे त्या जहांबाज बाईला त्याच्याकडून फक्त फुकटात मासे मिळवायचे होते. फार लालची होती ती. माझ्या मते तरी थॉमस कुटुंबाकडे रग्गड पैसाअडका होता. परंतु आपण कफल्लक असल्याचा बहाणा करून ती प्रत्येकाकडे भीक मागत होती. त्या पाद्र्याच्या बायकोला वाटतं की ती जणू सद्गुणांचा पुतळाच होती, पण मी तिला बरोबर ओळखलं होतं. दुसऱ्याकडून आपलं काम कसं करून घ्यायचं यात मात्र ती तरबेज होती. मिसेस वेलिंग्टन आणि मिसेस ब्रॉडीसारख्या बायकांना घरात काही कामं नसतात. त्यांच्या घरात वॉशिंग मशिन्स आणि मायक्रोवेव्ह्ज आहेत, पण अकलेच्या नावाने मात्र बोंब आहे."

चुलीवर ठेवलेल्या तांब्याच्या मोठ्या भांड्यातून ब्लीचचा उग्र दर्प आला. सगळे कपडे ब्लीचमध्ये धुवायची तिला सवय होती. म्हणून मिस्टर मॅक्लिनचे कपडे अगदी शुभ्र व अंगाला घट्ट चिकटलेले दिसत.

"थोड्याच वेळात ब्लेअरची मणसं येऊन तुझी जबानी घेतील," हॅमिश म्हणाला. "ट्रिक्सीचा खून झाला त्यावेळेस तू कुठे होतीस हे त्यांना जाणून घ्यायचंय."

"विचारू देत," ती म्हणाली. "घरातच होते मी. त्यादिवशी घरात आणि बागेत काम करताना मला माझ्या शेजाऱ्यांनी पाहिलंय."

"आणि आर्ची?"

"तो बंदरावर होता."

हॅमिशला एकदम आठवलं की त्या दिवशी डॉ. ब्रॉडी "ट्रिक्सी मेली आहे," असं जोरजोरात ओरडत, नाचत होता. ही गोष्ट त्याने ब्लेअरला सांगायला हवी होती.

"मी तुला सांगते," हातातलं ओलं फडकं घट्ट पिळत मिसेस मॅक्लिन म्हणाली, "हे तिच्या नवऱ्याचंच कृत्य आहे हे अखेर तुमच्या लक्षात येईल."

"त्यावेळेस तो इन्व्हर्नेसच्या डेंटिस्टकडे होता."

"असं तो म्हणतो," मिसेस मॅक्लिन फणकारून म्हणाली.

हॅमिश फाटकाबाहेर पडताच त्याला पुन्हा स्कॉटिश संगीताचा कर्कश्श आवाज ऐकू आला. मिसेस मॅक्लिनने रेडिओ सुरू केला होता.

पॉलला बागकामात मदत करण्याचं त्याने कबूल केलं होतं. चालता-चालता त्याच्या मनात विचारचक्र सुरू झालं. ट्रिक्सीचा खुनी लॉचडभमध्येच लपलाय पण तिचा खून झालाय यावर अजून विश्वास बसत नाही. आजूबाजूचं वातावरण फार छान होतं. नदीकाठची अठराव्या शतकात बांधलेली बैठी घरं सूर्यप्रकाशात उजळून निघाली होती. हवेत गुलाबांचा गंध पसरला होता. तलावाच्या संथ पाण्यात डोंगर, झाडांची प्रतिबिंबं पडली होती.

ट्रिक्सीबरोबर हवेतला दूषितपणाही निघून गेला होता. ती दुष्ट नक्कीच नव्हती. लॉचडभच्या बायकांना तिचं खरं रूप हळूहळू लक्षात आलं असतं.

ब्लेअर व त्याच्या दोन मदतनिसांना त्याने गावाबाहेर पडताना पाहिलं आणि त्याने डॉ. ब्रॉडीच्या दवाखान्यात जायचं ठरवलं.

डॉ. ब्रॉडीने हॅमिशशी बोलायचं कबूल केलं होतं. "आज अगदी आराम आहे," हॅमिशला पाहताच डॉक्टर म्हणाला. "सोमवारी दवाखान्यात खूप गर्दी असते. पाठदुखीवर औषध घेण्यासाठी सर्वांनी रांग लावलेली असते. पहाडी मुलखात होणारा हा रोग आहे. दर सोमवारी सर्वांची पाठदुखी सुरू होते व कामावर न जाण्यासाठी त्यांना चांगली सबब मिळते."

"ब्लेअर कसा वागला तुझ्याशी?" हॅमिशने विचारलं.

"त्याने मला चांगलंच दमात घेतलं. अटक करण्याची धमकी दिली. मी हार्टअॅटॅकचं निदान केल्याचं तू त्याला सांगितलंस म्हणे."

"मला सांगावंच लागलं," हॅमिश शांतपणे म्हणाला. "पण तू असं का केलंस?"

"हृदयविकाराचा झटका आहे, असं खरंच मला वाटलं होतं."

"उगाच काहीतरी सांगू नकोस," हॅमिश वैतागून म्हणाला. "अजिबात तसं काही दिसत नव्हतं. खरं काय ते बोल, मित्रा. तुझं वागणं मला बरोबर वाटलं नाही. ती गेली त्याच्या आदल्या दिवशी तू दारू पिऊन तर्र झाला होतास व आपणच ट्रिक्सीला ठार मारलंय असं जोरजोरात सांगत होतास. तिचं खरं नाव अलेक्झांड्रा असल्याचं तुला ठाऊक होतं?"

"हो. होतं ठाऊक. पण ती अशा प्रकारची बाई होती– म्हणजे तिला असं वाटलं असणार की ट्रिक्सी हे नाव खूप गोड आहे आणि ते आपल्याला अधिक शोभून दिसतं. हे बघ हॅमिश, एक गोष्ट मी तुला सांगतो. शक्यतो ब्लेअरला ती सांगू नको. तिला विष पाजलं गेलंय हे माझ्या लक्षात आलं होतं. पॉल इन्व्हर्नेसला गेलाय ही गोष्ट तू मला सांगितली होतीस पण मी ती साफ विसरून गेलो होतो.

पॉलनेच हे काम केलंय असं मला त्यावेळेस वाटलं. ती मेल्याचा मला आनंद झाला होता, पण तिच्या मृत्यूचा ठपका कुणावरही येऊ नये, अशी माझी इच्छा होती. माझं डोकंच फिरलं होतं. माझी बायको साफ बदलून गेलीय. तिने स्कर्ट व उंच टाचेच्या चपला शेवटच्या कधी घातल्या होत्या हे पण मला आता आठवत नाही. माझ्या घरात आता ट्रिक्सीची हुबेहुब प्रतिकृती राहतेय. जिन्स, ढिला-अजागळ शर्ट आणि कॅनव्हासचे बूट घालून ती दिवसभर घर स्वच्छ करत बसलेली असते.''

''आता ती पूर्वीसारखी होईल.'' हॅमिश अवघडून म्हणाला.

''नाही. शक्य नाही. ट्रिक्सी मेली तरी ट्रिक्सीची आठवण मरणार नाही. एंजेला आता पक्षी प्रकरणात, धूम्रपानविरोधी कामात फार रस घेऊ लागली आहे. तिला लॉचडभचं स्वरूप बदलून टाकायचंय. हवं तर मी घरात बसून सॅलड खावं किंवा बाहेर जाऊन जेवावं असं तिने मला स्पष्ट सुनावलंय.''

''हे फारच धक्कादायक आहे; पण हे बघ, तुझ्या बायकोच्या वयाच्या स्त्रियांमधे इतक्या उशिरा असा कायमस्वरूपी बदल होऊ शकत नाही. लवकरच तुला तुझी पूर्वीची एंजेला मिळेल. जरा काही दिवस तिच्याशी जुळवून घे.''

''तिला वाटतंय की मी ट्रिक्सीचा खून केलाय.''

''काहीतरी बरळू नकोस.''

''खरं सांगतोय मी. सतत माझ्याकडे रोखून पाहत असते. तिच्या नजरेत संशय असतो. ती आता वेगळ्या खोलीत झोपते. हॅमिश, खून केणी केलाय हे जर तुला समजलं, तर पहिल्यांदा मला येऊन सांग. त्या माणसाची पिटाई केल्यावरच माझ्या जीवाला स्वस्थता लाभेल.''

''ती एखादी स्त्रीदेखील असू शकते.'' हॅमिश म्हणाला.

डॉक्टर ब्रॉडी खुर्चीत मागे रेलला व त्याने सिगरेट पेटवली. ''हो. तसंही असू शकतं.'' तो संथपणे म्हणाला.

इन्व्हर्नेसमधेही छान उबदार वातावरण असेल अशी हॅमिशने अपेक्षा केली होती. पण तिथली पावसाळी हवा पाहून तो वैतागला.

ठरल्याप्रमाणे तो डेंटिस्ट मिस्टर जोन्सला भेटला. हॅमिशला बघून तो दंतवैद्य चांगलाच उखडला. कारण आदल्या दिवशीच इन्व्हर्नेस पोलिसांनी त्याची सविस्तर जबानी घेतली होती. अर्थात हॅमिशला हे अपेक्षितच होतं. स्वत:च्या वाटेतून दूर ठेवण्यासाठी ब्लेअरने मुद्दाम आपल्याला इन्व्हर्नेसला पाठवलंय हे तो जाणून होता.

''तू या केसमधला इतका महत्त्वाचा साक्षीदार आहेस ना मिस्टर जोन्स,'' तो म्हणाला.

"की तुझी पुन्हा एकदा चौकशी करण्यावाचून मला पर्याय नाही, पण मी तुझा जास्त वेळ घेणार नाही."

"ठीक आहे." हॅमिशच्या बोलण्याने त्याचा राग निवळला होता. "सांगण्यासारखं तसं काही विशेष नाही. त्याचं वागणं अगदी लहान मुलासारखं होतं. त्याचा वरच्या बाजूचा दात खराब झाल्यामुळे तो खूप दुखत होता. मी नीट तपासलं व त्याला म्हटलं की थोडं ड्रिल करून त्यात सिमेंट भरावं लागेल. तर तो भीतीने थरथर कापायला लागला आणि भूल देऊन दात काढून टाकण्याची मला विनवणी करू लागला. दात काढून मी त्याला एक्स-रे दाखवला व सांगितलं की तुझे बरेच दात खराब झालेत आणि त्यावर मला खूप काम करावं लागेल. हे ऐकताच तो खुर्चीतून उठला व बाहेर पळून गेला. मी आधीच त्याचा नॅशनल हेल्थ नंबर घेतला होता म्हणून माझी फी तरी वसूल झाली, पण भूल दिल्यानंतर तिचा प्रभाव ओसरेपर्यंत त्याने इथेच थोडी विश्रांती घ्यायला हवी होती."

तेवढ्यात एक मोठी, निळ्या पोटाची माशी त्याच्या पांढऱ्या शुभ्र कोटावर येऊन पडली. तो दचकला व त्याने जोरात माशी झटकून टाकली. "इतक्या माश्या आणि चिलटं, यापूर्वी मी कधी पाहिली नव्हती," मिस्टर जोन्स म्हणाला. "पण हवा इतकी गरम व दमट आहे की मी खिडक्याही बंद करू शकत नाही."

हॅमिशने आपली डायरी खिशात टाकली व तो स्टेशनच्या दिशेने चालू लागला. प्रिसिला येण्याची वेळ झाली होती. त्याने ट्रिक्सीच्या केसचा विचार डोक्यातून काढून टाकला व एखाद्या तरुण प्रियकराप्रमाणे तो तिची आतुरतेने वाट पाहू लागला. सिनेमात दाखवतात तसं एक दृश्य त्याच्या स्वप्नाळू नजरेसमोर तरळू लागलं. धुरामधून प्रिसिला त्याच्या दिशेने धावत येतेय. तिचे केस मानेवर खाली वर झुलताहेत. जवळ येताच ती स्वत:ला त्याच्या अंगावर झोकून देतेय. खरं तर धूर सोडणाऱ्या आगगाड्या आता कुठल्याच रुळावरून धावत नाहीत, पण त्याला अजून त्या स्वप्नामधून बाहेर यायचं नव्हतं. त्याने स्वत:ला धुरात वेढून घेतलं. मग अचानक पाऊस कोसळू लागला आणि सीगल्सच्या ओरडण्याचा आवाज येऊ लागला.

साडेबारा वाजून गेले तरी गाडी येण्याचं काही चिन्ह दिसेना. तो चौकशी करायला गेला पण खिडकीपाशी कुणीही नव्हतं. तो स्टेशन मास्तरच्या केबिनमध्ये गेला. सिग्नल बिघडल्यामुळे गाडी अर्धा तास उशिरा येणार असल्याचं त्याला सांगण्यात आलं. तो पुन्हा प्लॅटफॉर्मवर आला व मघाशी अर्धवट राहिलेल्या स्वप्नात पुन्हा हरवला.

पाऊण तासानंतर तो पुन्हा स्टेशनमास्तरच्या केबिनमध्ये गेला. त्याला परत तेच उत्तर मिळालं. हॅमिशची सहनशक्ती आता संपत आली होती. पावसाचा वेग वाढला होता.

अखेर सव्वा दोन वाजता गाडी स्टेशनात शिरली.

तो पेपर स्टॉलपाशी तिची वाट पाहत उभा राहिला.

ती त्याच्या नजरेतून अगदी निसटूनच जाणार होती. ती मान खाली घालून झपझप चालली होती. पावसापासून बचाव करण्यासाठी तिने डोक्यावर हॅट घातली होती.

''प्रिसिला,'' त्याने जोरात हाक मारली.

ती झर्रकन मागे वळली, ''भेटलास बाबा शेवटी,'' ती शांतपणे म्हणाली. ''काय कंटाळवाणा पाऊस पडतोय. मला खूप भूक लागली आहे. आपण कुठे जाणार आहोत?''

हॅमिशने तिच्याकडे पाहून डोळे मिचकावले. तो त्या धुरातल्या स्वप्नात इतका हरवून गेला होता की, प्रिसिलाला कुठे घेऊन जायचं याचा त्याने विचारच केला नव्हता.

''आपण कॅलेडोनिअन हॉटेलात जाऊया,'' तो म्हणाला.

हॉटेलात गेल्यावर त्यांना समजलं की तिथे दुपारी दोन वाजल्यानंतर जेवण दिलं जात नाही. हॅमिशने एका फोन बूथवरून अनेक ठिकाणी फोन्स केले पण तिथल्या सर्व मोठ्या हॉटेलांत दोन वाजेपर्यंतच जेवण मिळत असल्याचं त्याला सांगण्यात आलं.

''हॅमिश, आपण एखाद्या साध्या, स्वस्त रेस्टॉरंटमध्ये जाऊया,'' प्रिसिला म्हणाली. तिच्या हॅटमधून केसांवर पाणी ठिबकत होतं.

हॅमिशने उद्विग्नपणे इकडे-तिकडे पाहिलं. जवळच असलेलं 'ॲडमिरल हुक' नावाचं रेस्टॉरंट त्याला दिसलं.

''हे बरं दिसतंय,'' तो म्हणाला.

ते आत गेले आणि एका छोट्या, मोडक्या टेबलापाशी बसले.

हॅमिशने मेनू कार्ड पाहिलं. भरपूर पदार्थ दिसत होते. सगळ्या वेट्रेसेस घोळका करून दूर एका कोपऱ्यात उभ्या होत्या. हॅमिशने हात हलवून त्यांना बोलावण्याचा प्रयत्न केला पण त्या गप्पा मारण्यात मग्न झाल्या होत्या.

''तू काय खाणार?'' हॅमिशने प्रिसिलाला विचारलं.

''स्पॅगेटी बोलोन्या घेऊया? अशा रेस्टॉरंट्समध्ये स्कॉटिश-इटालियन आचारी असतात.''

''ठीक आहे,'' हॅमिश त्या घोळक्याने उभ्या असलेल्या वेट्रेसेसकडे गेला. ''दोन स्पॅगेटी बोलोन्या,'' त्याने ऑर्डर दिली. त्यांनी अशा नजरेने हॅमिशकडे पाहिलं की तो जणू त्यांना शिव्या देतोय. मग त्यातली एक आत किचनमध्ये निघून गेली.

हॅमिश टेबलापाशी परत आला. आपल्या जागी जॉन बर्लिंग्टन असता तर त्याने

प्रिसिलावर ही वेळ येऊ दिली नसती असा विचार हॅमिशच्या मनात आला.

वेट्रेस दोन प्लेट्समधे स्पॅगेटी घेऊन आली. तिच्या हातांवर फोड आले होते. तिच्याकडे बघून प्रिसिलाला शिसारी आली.

"पारमेसन् चीज कुठे आहे ह्यात?" हॅमिशने विचारलं.

"काय?"

"पारमेसन् चीज," प्रिसिला थंडपणे म्हणाली.

"आम्ही नाही ठेवत." ती कोरडपणाने म्हणाली.

"ठीक आहे, नीघ तू." हॅमिशही तितक्याच कोरडेपणानं म्हणाला. ती निघून गेली.

"स्पॅगेटीला कसला तरी विचित्र वास येतोय," प्रिसिला म्हणाली. "मी नाही खाऊ शकणार."

"आपण निघूया इथून," हातातला चमचा खाली ठेवत हॅमिश म्हणाला.

"ह्या जागेलाच कुबट वास येतोय. मी बिलही मागवणार नाही आणि कोणाशी भांडतही बसणार नाही. त्यात अख्खा दिवस निघून जाईल." त्याने मेनू कार्डमधे डिशची किंमत पाहिली. खिशातून स्कॉटिश पौंडांच्या काही नोटा काढून टेबलावर ठेवल्या आणि प्रिसिलाला घेऊन तो बाहेर पडला."

"आता कुठे जायचं?" प्रिसिलाने विचारलं.

"माझ्या पाठोपाठ ये," हॅमिश तिला घेऊन आपल्या लँडरोव्हरपाशी आला. "तू इथे थांब, मी आलोच," गाडीचा दरवाजा उघडत तो तिला म्हणाला.

काही वेळाने मासे व चिप्सची दोन पाकिटं आणि वाईनची बाटली, दोन ग्लास व बाटली उघडायचा कॉर्कस्क्रू घेऊन तो परतला.

"खास तुझ्यासाठी वाईन," बाटली उघडत तो म्हणाला.

"अखेर जेवण मिळालं," प्रिसिला म्हणाली.

दोघेही शांतपणे जेवले. "सॉरी, मी जरा चिडचिड केली," प्रिसिला म्हणाली.

"तुझं काम झालं?"

"हो, पॉल त्या दिवशी डेंटिस्टकडेच गेला होता."

"पण म्हणून तो निर्दोष आहे असा त्याचा अर्थ होत नाही." प्रिसिला म्हणाली.

"का?"

"ट्रिक्सी तो पदार्थ नक्की खाईल हे त्याला ठाऊक होतं. त्याने बाहेर पडण्यापूर्वी त्यामध्ये कशावरून विष मिसळलं नसेल?"

"स्ट्रॅथबेनच्या माणसांनी त्यांच्या स्वयंपाकघरातून सर्व वस्तू तपासणीसाठी नेल्या होत्या आणि त्यातल्या कशालाच जालीम विषाचा वास येत नव्हता. फक्त त्यांना करी सापडली नाही."

"करी? मला त्या करीबद्दल ठाऊक आहे," प्रिसिला म्हणाली. "ट्रिक्सीने त्या दिवशी करी बनवली होती. त्यातली थोडी तिने स्वत:साठी ठेवली आणि उरलेली मिसेस वेलिंग्टनकडे पाठवून दिली."

हॅमिश तिच्याकडे आ वासून बघतच राहिला. "आपल्याला लगेच परत जायला हवं," तो म्हणाला. "तिने जर ती खाल्ली नसेल, तर अजून ती तिच्या फ्रिजमध्येच असू शकेल. नाहीतर तू जरा इथेच थांब, मी फोन करून येतो."

दहा मिनिटांनी तो परत आला. त्याच्या चेहऱ्यावर समाधान होतं. "तिने करीला हात लावलेला नाही. ट्रिक्सीने थोडी करी स्वत:साठी ठेवली व उरलेली एका पातेल्यातून मिसेस वेलिंग्टनला दिली होती. ती अजून तशीच तिच्याकडे आहे. मी ब्लेअरला फोन करून सांगितलं."

"मी आईसाठी थोडी खरेदी करून येते," प्रिसिला म्हणाली. "तू थांबशील इथे?"

"तुला किती वेळ लागेल?"

"साधारण एक तास."

प्रिसिला गेल्यावर हॅमिश एकटाच गाडीत बसून राहिला. त्याच्या मनात केससंबंधी अनेक विचार येऊ लागले, पण एक तास होऊन गेल्यावर मात्र प्रिसिला परत येताना दिसतेय का, हे तो बाजूच्या आरशातून पाहू लागला.

आणि त्याचवेळी त्याची नजर पार्किंगमधून बाहेर पडणाऱ्या एका गाडीवर गेली. गाडीच्या टपावर एक खुर्ची प्लॅस्टिकच्या कागदात गुंडाळलेली दिसत होती. त्याने ती खुर्ची ओळखली. गाडी सुरू करून तो त्या मोटारीचा पाठलाग करू लागला.

समोरची गाडी फारच वेगात चालली होती. एक गोल वळण घेऊन ती पर्थच्या दिशेने जाऊ लागली. हॅमिशने सायरन वाजवला पण पुढच्या गाडीने अधिक वेग पकडला होता.

वीस मैलांनंतर हॅमिशने त्या गाडीला गाठलं आणि त्या गाडीच्या ड्रायव्हरला खाली उतरण्याचा इशारा केला. बुटक्या, लाल केसांच्या ड्रायव्हरने बाजूची काच खाली आणली व त्याला सायरन का ऐकू आला नव्हता याचं कारण हॅमिशच्या लक्षात आलं. गाडीतल्या टेपरेकॉर्डमधून येणाऱ्या गाण्यांचा आवाज कानठळ्या बसवणारा होता.

"काय झालं?" ड्रायव्हरने चकित होऊन विचारलं.

"एक म्हणजे तू नियमापेक्षा वेगाने गाडी चालवत होतास," हॅमिश त्याला म्हणाला, "ही खुर्ची तुला कुठे मिळाली?"

"इन्व्हर्नेसमध्ये. एका लिलावात मी ती विकत घेतली. मी व्यापारी आहे,"

आपलं कार्ड हॅमिशला देत तो म्हणाला.

"खाली उतर आणि मला ती खुर्ची दाखव. माझी खात्री पटली तर कदाचित मी तुला गाडी वेगाने चालवल्याबद्दल दंड करणार नाही."

"मी तुला प्लॅस्टिकचा कागद किंचित वर करून दाखवतो." व्यापारी म्हणाला. त्याचं नाव हेंडरसन होतं. "मला खुर्ची ओली होऊ द्यायची नाही."

हॅमिशने प्लॅस्टिकचा कागद किंचित उचलून पाहिलं. ती खुर्ची मुळात ब्रॉडीच्या मालकीची होती व ट्रिक्सी ती डोक्यावरून उचलून घेऊन जाताना हॅमिशने पाहिलं होतं.

"काय किंमतीला विकत घेतलीस?"

"दीडशे."

हॅमिशने शीळ वाजवली, "आणि ती तू कुठे घेऊन चालला आहेस?"

"आधी पर्थला व तिथून लंडनला. लंडनला अनेक ठिकाणी लिलाव चाललेले असतात. तिथे मला जास्त किंमत मिळेल. व्हिक्टोरियन काळातली खुर्ची आहे. चांगल्या अवस्थेत आहे. त्यावर केलेलं मण्यांचं काम बघ जरा."

"ही खुर्ची कुठून इन्व्हर्नेसला आली याबद्दल तुला काही माहिती आहे?'

"हो. तो लिलाव करणारा इसम म्हणाला की एका भामट्या बाईने त्याला ती विकलीय."

"भामट्या बाईने?"

"म्हणजे अशा बायका कुणाच्याही घरोघरी जाऊन घरातल्या जुन्या पण किंमती फर्निचरवर लक्ष ठेवतात. ती वस्तू मौल्यवान आहे याची त्या बिचाऱ्या घरमालकाला मुळीच कल्पना नसते आणि ह्या बायका ती वस्तू मामुली किंमतीत पटकावतात."

"किंवा फुकटात पळवतात," हॅमिश अस्पष्टपणे जणू स्वतःशीच म्हणाला. "ठीक आहे मिस्टर हेंडरसन, यावेळेस मी तुझ्यावर कुठलाही गुन्हा नोंदवत नाही. पण यापुढे सावकाश गाडी चालव. मी कदाचित तुला पुन्हा येऊन भेटेन."

"ही खुर्ची कुणी चोरलेली तर नाही ना?" व्यापाऱ्याने घाबरून विचारलं.

"नाही, पण अजून आठवडाभर तरी तू ही खुर्ची विकू नकोस. कदाचित एका खुनाशी तिचा संबंध असू शकतो."

हॅमिश माघारी परतला. पाऊस आता जोरात कोसळू लागला होता. त्याला प्रिसिलाची आठवण झाली व त्याने गाडीचा वेग वाढवला.

ती पार्किंगच्या ठिकाणी उभी नव्हती. स्टेशनवर जाऊन त्याने तिला शोधलं. प्रिसिला दिसेना. त्याने इंडिकेटर पाहिला. एक गाडी नुकतीच सुटत होती. तो धावू लागला पण तोपर्यंत गाडी प्लॅटफॉर्मबाहेर पडली होती.

तो हताशपणे स्टेशनमधून बाहेर पडला आणि मग त्या लिलावाच्या ठिकाणी आला. त्याला तिथे समजलं की ट्रिक्सीने त्या खुर्चीबरोबर आणखीही काही वस्तू

व चिनीमातीची भांडी त्याला विकली होती.

"काल संध्याकाळीच इथे लिलाव झाला," तो लिलाव करणारा इसम म्हणाला. "मी ट्रिक्सी थॉमसला थोड्याच वेळात चेक पाठवून देणार होतो."

"कितीचा?"

"हजार पौंडांचा. तिने हाच माल लंडनला विकला असता, तर तिला जास्त पैसे मिळाले असते. पण ही गोष्ट मुद्दामच तिच्यापासून मी लपवली."

ट्रिक्सीने मृत्युपत्र केलं आहे की नाही हे समजेपर्यंत तो चेक ट्रिक्सीच्या घरी पाठवू नकोस असं हॅमिशने त्याला सांगितलं.

घरी पोहोचल्यावर त्याने टॉमेल कॅसलला फोन करून प्रिसिला आहे का असं विचारलं पण, वेगळा आवाज काढून बोलायला तो विसरला. "मिस हालबर्टन-स्मिथ घरात नाही." जेनकिन्सने सांगितले.

प्रिसिला अजून इन्व्हर्नेसलाच आपली वाट बघत बसली नसेल ना या विचाराने तो अस्वस्थ झाला. त्याने पुन्हा कॅसलला फोन लावला, पण ह्यावेळेस आपण जॉन बर्लिंग्टन बोलतोय असे तो आवाज बदलून म्हणाला. प्रिसिला फोनवर आली.

"हां, बोल हॅमिश," ती कोरडेपणाने म्हणाली.

"सॉरी, प्रिसिला," हॅमिश म्हणाला व त्याने तिला तो खुर्चीचा किस्सा ऐकवला.

"ठीक आहे," प्रिसिला म्हणाली. अजूनही तिच्या आवाजात परकेपणा जाणवत होता. "तुला आणखी एक गोष्ट सांगायची आहे. कदाचित तुला त्या गोष्टीचा उपयोग होईल. आमच्या घरची कामवाली जेसी सांगत होती की, तिने ट्रिक्सीला कॉयल इथल्या त्या ज्योतिष्याकडे जाताना पाहिलं होतं. तू जाऊन त्याला भेटू शकतोस."

फोन ठेवल्यावर हॅमिशला वाटलं की, आज संध्याकाळीच ज्योतिष्याला जाऊन भेटावं; पण अखेर त्याने दुसऱ्या दिवशी सकाळी त्याच्या घरी जायचं ठरवलं. अँगस मॅक्डोनाल्ड, म्हणजेच त्या ज्योतिष्याला गावातले लोक मानत असत. कुणाचंही भविष्य तो अचूक सांगतो अशी त्याची ख्याती होती. हॅमिशला तो भंपक माणूस असल्याचं वाटत असलं तरी गावकऱ्यांना मात्र त्याचा अभिमान होता व त्याने सांगितलेल्या ज्योतिषावर त्यांचा गाढ विश्वास होता. ट्रिक्सी एकटी त्याच्याकडे जाणं शक्य नाही याची हॅमिशला खात्री होती. तिने आपल्या सख्यांपैकी कोणाला तरी बरोबर नेलेलं असणार असा विचार करून त्याने त्याबद्दल मिसेस ब्रॉडी व मिसेस वेलिंग्टनला विचारलं पण दोघींपैकी कुणीही ट्रिक्सीबरोबर गेलं नव्हतं. मग त्याने ट्रिक्सीच्या लॉजवर राहणाऱ्या मिसेस केनेडी, जॉन पार्कर व अखेर पॉललाही विचारलं पण तिथेही त्याचा अंदाज खोटा ठरला.

मग अचानक त्याला आठवलं की कर्नल हालबर्टन-स्मिथ ट्रिक्सीला घेऊन

मिसेस हॅगर्टीच्या जुन्या घरी जाणार होता. त्याने घड्याळ पाहिलं. कर्नलचं जेवण एव्हाना आटोपलेलं असणार तेव्हा आत्ताच त्याला भेटलेलं बरं, असा त्याने विचार केला. शिवाय त्या निमित्ताने प्रिसिलालाही भेटून इन्व्हर्नेसला तिच्यासाठी न थांबल्याबद्दल, प्रत्यक्ष माफी मागण्याचीही त्याला संधी मिळणार होती.

पण कर्नल हालबर्टन-स्मिथने हॅमिशला त्याच्या मुलीच्या जवळपासही फिरकू दिलं नाही. ट्रिक्सीने मिसेस हॅगर्टीच्या घरातलं काही जुनं फर्निचर घेतलं होतं असं त्याने हॅमिशला तुटकपणे सांगितलं.

''मला मिसेस हॅगर्टीच्या घराची तपासणी करायची इच्छा आहे,'' हॅमिश त्याला म्हणाला, ''अर्थात तुझी परवानगी असेल तरच.''

''तुला तिच्या घरची किल्ली द्यायला माझी काहीच हरकत नाही,'' कर्नल म्हणाला. ''पण त्या गोष्टीचा खुनाशी काय संबंध आहे हे मला समजत नाही.''

''ते तू माझ्यावर सोपव,'' हॅमिश म्हणाला. ''एंजेला ब्रॉडीने ट्रिक्सीला आपल्या घरातली खुर्ची व काही जुन्या वस्तू दिल्या होत्या. ट्रिक्सीने ते फर्निचर इन्व्हर्नेसच्या बाजारामधे लिलावात विकून हजार पौंड मिळवले.''

''माझ्या तुझ्या बोलण्यावर विश्वास बसत नाही.'' कर्नल आवाज चढवून म्हणाला. ''ती फार चांगली स्त्री होती. माझ्याबरोबर अतिशय सौजन्याने वागली होती. हे काम तिच्या नवऱ्याचं असणार. इन्व्हर्नेसला तो डेंटिस्टकडे गेला होता, त्यावेळेस त्यानेच ते फर्निचर विकलं असणार.''

''कदाचित तू म्हणतोस तसं असेलही पण मला तू चाव्या दे. आपण अँगस मॅक्डोनाल्डला भेटणार असण्याबद्दल ती तुला काही बोलली होती?''

''मला आठवत नाही आणि मला वाटतं की आता तुझे प्रश्न संपले असतील. मी ट्रिक्सीचा खून केलाय असा जर तुला संशय वाटत असेल, तर तुझ्या वरिष्ठांकडे मी तुझी लेखी तक्रार करेन.''

हॅमिश निराश होऊन कॅसलच्या बाहेर पडला. आपण घरी आलोय ही बातमी नोकरांनी प्रिसिलाला नक्कीच दिलेली असणार, पण तरीही ती बाहेर न आल्याने तो उदास झाला होता. तो बाहेर पडताच कॅसलचा दरवाजा जेनकिन्सने धाडकन बंद केला होता. त्याला स्वत:चाच राग आला होता. इन्व्हर्नेस स्टेशनवर प्रिसिलाची वाट पाहताना आपण रंगवलेलं ते स्वप्नदृश्य त्याला आठवलं आणि तो अधिकच अस्वस्थ झाला. प्रिसिलाचा विचार मनातून काढून टाकायचं त्याने ठरवलं. पण प्रिसिलाशिवाय आपलं मन म्हणजे नुसतीच एक काळोखी पोकळी आहे हे प्रथमच त्याला प्रकर्षाने जाणवलं.

पाच

भविष्याचा वेध घेण्यासाठी भूतकाळाशिवाय
दुसरा मार्ग मला ठाऊक नाही.
– पॅट्रिक हेन्री

आपल्या लँडरोव्हरमधे बसून हॅमिश सकाळीच बाहेर पडत असताना नेमका ब्लेअर त्याच्यासमोर येऊन अवतरला.

"मी असं ऐकलं की तू म्हणे एका प्रेषिताचा सल्ला घ्यायला निघाला आहेस." कुत्सितपणे हसत तो म्हणाला.

"म्हणजे?"

"गावभर अशी चर्चा आहे की अँगस मॅक्डोनाल्ड त्याच्याकडच्या काचेच्या गोलात बघून खुन्याचा छडा लावणार आहे."

"तुला स्वत:ला त्याच्याकडे जायचं आहे का?" हॅमिशने विचारलं.

"माझ्याकडे भरपूर कामं आहेत. डेंटिस्टच्या जबानीचा रिपोर्ट तयार केलास?"

"कशासाठी?" हॅमिश थंडपणे म्हणाला. "इन्व्हर्नेसच्या पोलिसांकडून तुला जो रिपोर्ट मिळालाय त्याचीच पुनरावृत्ती करायची? पण तुला सांगण्यासाठी आणखी एक गोष्ट आहे." त्याने ब्लेअरला त्या व्यापाराविषयी सांगितले.

"अरे बापरे," ब्लेअर उद्गारला. "म्हणजे गोष्टी आता आणखी किचकट होऊन बसल्या तर. तिने कुणाच्या तरी घरातल्या पिढ्यान् पिढ्या असलेल्या मौल्यवान वस्तू पळवलेल्या दिसताहेत."

"तू कर्नल हालबर्टन-स्मिथला याबद्दल विचार," हॅमिश खवचटपणे म्हणाला. "ती ठिकठिकाणाहून त्या गोष्टी गोळा करत असताना तोच तिला आपल्या गाडीतून सगळीकडे नेत होता."

ब्लेअरचा चेहरा काळवंडला. डेव्हियटने कर्नलकडच्या जेवणाची त्याच्यापाशी

भरभरून तारीफ केली होती. कर्नलची उलटतपासणी घेणं म्हणजे सुपरिंटेंडंटचा रोष ओढवून घेण्यासारखं होतं. "मी अँडरसनला त्याच्याकडे पाठवतो. ही केस फारच क्लिष्ट होत चालली आहे. त्या करीमध्ये विष सापडलं नाही. म्हणजे ते दुसऱ्या कुठल्यातरी पदार्थात मिसळलेलं असणार."

हॅमिशच्या बाजूला बसलेला टाऊझर चिडून गुरगुरला.

"त्या कुत्र्याच्या शेजारी बसल्यावर तू अगदी मूर्ख माणूस दिसतोस," ब्लेअर म्हणाला.

"हा प्रशिक्षित पोलिसी कुत्रा आहे," हॅमिश म्हणाला. "ह्याला विकत घेण्यासाठी एकजण मला पाचशे पौंड देत होता."

ब्लेअरचा उतरलेला चेहरा पाहून हॅमिश मिश्किलपणे हसत निघून गेला.

"माझ्या बोलण्यात तथ्य होतं," हॅमिश टाऊझरला म्हणाला. "त्यांना थोडी जरी अक्कल असती तरी त्यांनी तुला केव्हाच विकत घेतलं असतं." टाऊझरने जीभ बाहेर काढली व प्रेमाने आपल्या पायाचा पंजा हॅमिशच्या गुडघ्यावर ठेवला.

"आत्ता माझ्या मांडीवर खरं म्हणजे एखाद्या स्त्रीचा हात असायला हवा होता," हॅमिश म्हणाला. "तुझ्यासारख्या रानटी कुत्र्याचा नव्हे."

ज्योतिष्याचं चुन्याने रंगवलेलं घर गोल हिरव्या डोंगरावर होतं. त्याच्या घराकडे जाणारा रस्ता नागमोडी वळणांचा होता. लांबून पाहिलं तर त्याचं घर, घराकडे जाणारा रस्ता हे जणू एखाद्या लहान मुलाने काढलेलं चित्रच वाटत असे. गाडी पायथ्यापाशी लावून हॅमिश चढण चढू लागला. आकाशात काळेकुट्ट वादळी ढग दाटून आले होते आणि विजेच्या तारांच्या उंच उंच खांबांना धडकत वेगाने वाहणारा वारा कर्कश्श शीळ वाजवत होता. पण एक बरं होतं, सोसाट्याच्या वाऱ्यामुळे माश्या आणि चिलटं नाहीशी झाली होती. वाऱ्याच्या विरुद्ध दिशेने वर चढताना त्याला किंचित धाप लागत होती.

साठीचा अँगस मॅक्डोनाल्ड हा उंच व सडपातळ इसम होता. पांढरे केस, ठसठसशीत चेहरा आणि चोचीसारखं बाकदार नाक. त्याचे डोळे फिकट करड्या रंगाचे होते.

हॅमिश घराजवळ पोहोचला तेव्हा अँगस दरवाजात उभा होता. "अखेर तू आलास," तो म्हणाला. "तू येणार हे मला ठाऊक होतं. तुम्हाला खुनी सापडत नाहीये ना?"

"तुला तो सापडलेला दिसतोय!" त्याच्या पाठोपाठ स्वयंपाकघरात जात हॅमिश म्हणाला.

"अं? असेल, असू शकेल," अँगस म्हणाला. "तू माझ्यासाठी काय घेऊन आला आहेस?"

"काही नाही. तुला काय हवंय? तुझ्यापाशी तर सगळंच आहे."

"लोकं प्रेमाने काही ना काहीतरी घेऊन येतात. एखादा सामन मासा किंवा हरणाचं मांस नाहीतर घरी बनवलेला केक."

"मी एक पोलीस इन्स्पेक्टर ह्या नात्याने तुला विचारायला आलोय की ट्रिक्सी थॉमसबद्दल तुला काय ठाऊक आहे?"

"ती तर मेलीय," खदाखदा हसत अँगस म्हणाला.

"ती जेव्हा तुला भेटायला आली होती तेव्हा तू तिला काय सांगितलं होतंस?"

अँगसने शेकोटीवर ठेवलेली काळी किटली उचलली व नळाखाली धरून त्यात पाणी भरले व खुंटीवर अडकवली. "अलीकडे माझ्या काही लक्षात राहत नाही." तो म्हणाला. "व्हिस्कीचा एखादा घोट घशाखाली उतरल्यावरच माझ्या जीवात जीव येतो."

"मी व्हिस्की आणलेली नाही," हॅमिशने सरळ सांगून टाकलं.

ज्योतिषी शेकोटीजवळून उठला आणि हॅमिशच्या समोर वाकून त्याच्या डोळ्यांत रोखून पाहून लागला. "ती तुझ्याशी कधीच लग्न करणार नाही," तो म्हणाला.

अँगसच्या बोलण्यावर हॅमिशमधला अंधश्रद्धाळू पहाडी माणूस किंचित बिथरला परंतु दुसऱ्याच क्षणी त्याच्यातला पोलीस इन्स्पेक्टर जागा झाला व त्याने अँगसशी अधिक चातुर्याने वागायचं ठरवलं.

"हे बघ म्हाताऱ्या," तो म्हणाला. "मी चटकन तुझ्यासाठी दारू घेऊन येतो पण त्यानंतर तुझ्या मेंदूला धार चढली पाहिजे."

हॅमिश गेल्यावर अँगस स्वत:शीच हसला आणि चहा बनवण्यासाठी उठला. घोंघावणारा वारा त्याच्या घराला जणू झोडपत होता. वाऱ्याच्या भन्नाट आवाजाशिवाय त्याला दुसरं काहीही ऐकू येत नव्हते. हॅमिशने व्हिस्की घेऊन लवकरात लवकर यावं असं त्याला वाटत होतं. वाऱ्याच्या झंझावातामुळे तो मनातून खचून गेला होता. वाऱ्याच्या रूपाने सैतान आपल्या घरात शिरू पाहतोय असं त्याचं घाबरलेलं मन त्याला सांगत होतं.

ह्या वाऱ्याने आपल्या पाठीमागच्या बागेची नासधूस केलेली असणार. त्याने चुलीवरचं चहाचं भांडं खाली उतरवलं व उठून मागचा दरवाजा उघडला. रॉसबेरीची झाडं उखडली गेली होती आणि बागेचं फाटक हवेत लोंबकळत होतं. बागेत जाऊन त्याने फाटक सरळ केलं व आधारासाठी मागे दोन विटा लावून ठेवल्या.

इतक्यात वीज चमकली आणि विजेच्या प्रकाशझोतात मागच्या दरवाजाच्या बाजूला ठेवलेली एक वस्तू त्याला अर्धवट दिसली. पुढे येऊन त्याने वाकून पाहिलं. पायरीवर व्हिस्कीची एक अख्खी भरलेली बाटली ठेवलेली होती.

तो पुन्हा स्वत:शीच हसला. हे काम नक्कीच त्या लबाड हॅमिश मॅक्बेथचं

असणार. व्हिस्की पिऊन आपला मेंदू तरतरीत झाला की तो आपल्याला प्रश्न विचारायला हजर होणार.

बाटली घेऊन तो आत आला. टी. व्ही. सुरू करून हवामान वृत्त पाहण्याची वेळ झाली होती. अँगसने वर्तवलेल्या हवामानाच्या अंदाजाने लोक चकित होऊन जात असत. खरं म्हणजे टी.व्ही. वरचा हा कार्यक्रम सर्वांनीच पाहिलेला असायचा. आपल्या जुन्या आरामखुर्चीत बसून त्याने ग्लासमधे व्हिस्की ओतली. बाटली आधीच उघडलेली असल्याचं त्याच्या लक्षात आलं. ''बेट्याने आधी स्वत:च दारू प्यायचा विचार केला असणार आणि मग तो बदलला असणार.'' स्वत:च्या अंदाजावर खुश होत तो स्वत:शीच पुटपुटला.

वाऱ्याचा वेग वाढत होता आणि वादळाने आता रौद्र रूप धारण केलं होतं. त्याने ग्लास ओठांपाशी नेला. त्याचक्षणी स्वयंपाकघर गर्रकन गोल फिरलं व कोपऱ्यात आपली मृत आई उभी असलेली त्याला दिसली. त्याला पाहून तिला खूपच आश्चर्य वाटलं होतं पण आनंद देखील झालेला दिसत होता. तरुणपणी जेव्हा युद्धावरून तो अचानक घरी येई तेव्हा तिचा चेहरा असाच आनंदाने फुलून जात असे आणि मग आईची आकृती एकदम नाहीशी झाली. थरथरत्या हाताने त्याने व्हिस्कीचा ग्लास जमिनीवर ठेवला.

आपल्याला दिव्य दृष्टी प्राप्त झाली आहे हे त्याला तरुणपणीच जाणवलं होतं. लोकं त्याला ज्योतिषी म्हणून ओळखू लागले. युद्धावर असताना त्याने ह्या दिव्य दृष्टीची पहिली चुणूक अनुभवली होती. आपला मित्र जर्मन सैनिकांची गोळी लागून मरणार असं त्याच्या अंतर्मनाने त्याला सांगितलं व काही वेळात अगदी तसंच घडलं. हळूहळू एक द्रष्टा, एक प्रेषित म्हणून तो गावात प्रसिद्ध झाला. आपल्या दिव्य दृष्टीचा अनुभव त्याला त्यानंतर कधीच आला नव्हता पण लोकांवर छाप पाडण्याचं तंत्र त्याला गवसलं होतं. गावातल्या सर्व लोकांना तो जवळून ओळखत होता व गावात घडणाऱ्या प्रत्येक लहानसहान गोष्टीवर तो बारीक नजर ठेवून राहत होता.

हॅमिश परत आला तेव्हा तो शून्यात नजर लावून बसला होता.

''ही घे तुझी व्हिस्की,'' हातातली व्हिस्कीची अर्धी बाटली त्याच्यासमोर ठेवत हॅमिश म्हणाला. ''आणि काय रे अधाशी, हावरट माणसा, तुझ्यापाशी अख्खी बाटली होती ना?''

''मृत्यू,'' ज्योतिषी घाबरलेल्या क्षीण आवाजात म्हणाला. ''ती बाटली माझ्यापासून दूर घेऊन जा. त्यात मी प्रत्यक्ष मृत्यू पाहिला.''

तो पांढराफटक पडला होता व भीतीने थरथर कापत होता.

''ही बाटली तुला कुठे मिळाली?'' हॅमिशने खडसावून विचारलं.

''स्वयंपाकघराच्या दरवाजामागे कुणीतरी ठेवली होती, पण अनेकदा लोकं

अशा काही वस्तू माझ्या नकळत ठेवून जातात हे तुला माहीत आहे, हॅमिश. ह्या वाऱ्यामुळे मला कुणाच्या पावलांचा आवाजदेखील ऐकू आला नाही.''

''आणि मग पिता पिता थांबलास का?'' त्याच्याकडे रोखून पाहत हॅमिशने विचारलं.

अँगसने जोरजोरात मान झटकली. जणू तो भयंकर विचार त्याला मनातून झटकून टाकायचा होता. ''मी माझ्या आईला पाहिलं,'' तो म्हणाला.

''ती त्या दरवाज्यापाशी उभी होती व माझ्याकडे आश्चर्याने पाहत होती. जणू मी एका जगातून दुसऱ्या जगात पाऊल ठेवलं होतं.''

''आणि त्यापूर्वी तू अजिबात प्यायलेला नव्हतास?'' हॅमिश त्याच्याकडे पाहत अविश्वासाने म्हणाला.

''नाही रे बाबा. हवं तर शपथ घेतो.''

हॅमिशने खिशातून एक स्वच्छ हातरुमाल काढला व रुमालात व्हिस्कीची बाटली गुंडाळली.'' तुझ्याकडे एखादा कागद आहे का?म्हणजे मला तो ग्लासही बरोबर नेता येईल.'' त्याने विचारलं.

अँगसने कोपऱ्यातल्या सिंककडे बोट दाखवलं. तिथे कागदाचा गठ्ठा पडला होता.

''मी निघतो,'' एका हातात बाटली व दुसऱ्या हातात ग्लास धरून तो म्हणाला.

''मला सोडून जाऊ नकोस,'' हॅमिशच्या पाया पडत अँगस विनवणी करू लागला.

''ठीक आहे. तुला माझ्याबरोबर ब्लेअरकडे यावं लागेल. मग तो तुझं काय करेल हे माझ्या हातात नाही हे मात्र लक्षात ठेव.''

अँगसला घेऊन हॅमिश घरी पोहोचला तेव्हा ब्लेअर पोलीस स्टेशनमधे येऊन बसला होता. लॉचडभमध्ये घराबाहेर पडताना कुलूप लावायची पद्धत नव्हती. घराप्रमाणे पोलीस स्टेशनचा दरवाजाही कायम उघडा असे.

''तू हॉटेलात राहत नाहीस हे मला ठाऊक आहे,'' हॅमिश त्याला आपल्या खुर्चीवर बसलेला पाहून किंचित वैतागाने म्हणाला. ''पण मला वाटतं जॉन्सनने तुझ्यासाठी एका खोलीची खास सोय केली आहे.''

''अरे, मी ह्या बाजूने चाललो होतो. फोन करण्यासाठी आत शिरलो. हा इसम कोण आहे? आणि व्हिस्कीचा वास कुठून येतोय?''

हॅमिशने आपल्या हातात काळजीपूर्वक बाटली व ग्लास धरला होता.

हॅमिश व अँगस त्याच्यासमोर बसले व हॅमिशने घडलेली सारी हकिगत ब्लेअरला ऐकवली.

ब्लेअर हसत सुटला. त्याला हसू अवरेना. हसता हसता तो मजेने आपल्या

गुडघ्यांवर जोरजोरात हात आपटू लागला. ''स्ट्रॅथबेनहून नुकताच डेव्हियट आलाय, तपास कसा चाललाय हे जाणून घेण्यासाठी. तो हॉटेलवर उतरलाय. आपण ही गोष्ट आधी त्याच्या कानावर घालूया.''

ब्लेअर खुषीत येऊन फोनची डायल फिरवू लागला. हॅमिशच्या मूर्ख व बावळटपणाचा आणखी एक पुरावा तो सुपरिटेंडंटला देणार होता.

''आता मी तुम्हाला जे काही सांगणार आहे त्यावर तुमचा कदाचित विश्वासही बसणार नाही, सर.'' ब्लेअर म्हणाला. ''मॅक्बेथ गावातल्या ज्योतिष्याला, अँगस मॅक्डोनाल्डला माझ्याकडे घेऊन आलाय. त्याच्या घराच्या पायरीवर कुणीतरी व्हिस्कीची बाटली ठेवली होती म्हणे. तो त्यातली व्हिस्की प्यायला गेला तर त्याला एकदम त्याची मेलेली आई समोर उभी असलेली दिसली आणि ती त्याला आपल्या जवळ बोलवत होती. म्हणून त्याला वाटलं की त्या व्हिस्कीत नक्कीच कुणीतरी विष मिसळलं आहे.'' असं बोलून ब्लेअर पुन्हा खो खो हसत सुटला. पलीकडून सुपरिटेंडंटने जेव्हा त्याला झापलं तेव्हा तो चेहरा पाडून एकदम गप्प झाला. डेव्हियटला पहाडी मुलूख व तिथल्या माणसांबद्दल खूपचं प्रेम वाटत असे. ज्योतिषी हा सुद्धा त्या गावातलाच एक नागरिक असल्यामुळे त्याच्याविषयी आदराने बोलायला हवं असं त्याने ब्लेअरला सुनावलं. ''हो, हो सर,'' असं म्हणत ब्लेअरने फोन ठेवून दिला.

''मी ही व्हिस्की घेऊन स्ट्रॅथबेनच्या प्रयोगशाळेत जातोय,'' ब्लेअर घुश्शात म्हणाला. ''मॅक्डोनाल्डला घेऊन तू सुपरिटेंडंटला जाऊन भेट. ह्या बाटलीत व्हिस्कीशिवाय काहीही नसल्याचं जेव्हा सिद्ध होईल, तेव्हा सर्वजण तुम्हाला मूर्खात काढतील.''

मिस्टर डेव्हियटने अँगसला अतिशय सन्मानपूर्वक वागवलं. त्याला बसायला आरामखुर्ची देऊन, त्याच्यासाठी कॉफीही मागवली. अँगसने सांगितलेली हकिगत त्याने लक्षपूर्वक ऐकली.

''आणि मी असं ऐकलं की मिसेस थॉमस तुझ्याकडे कशासाठी आली होती हे विचारण्यासाठी मॅक्बेथ तुझ्या घरी आला होता,'' मिस्टर डेव्हियट अँगसला म्हणाला.

''तू मॅक्बेथला सांगितलंस?''

''मी सांगणारच होतो,'' अँगस म्हणाला, ''इतक्यात मला तो भास झाला. ट्रिक्सी माझ्याकडे प्रश्न विचारण्यासाठी आलीच नव्हती. माझ्या घरातल्या शेकोटीजवळच्या फडताळात चिनी मातीचे कुत्रे ठेवलेले आहेत. तिला ते किरकोळ किंमतीत माझ्याकडून हवे होते. आज त्यांना बाजारात खूप किंमत येऊ शकते हे मला ठाऊक होतं. मी तिला स्पष्ट सांगितलं की तुझ्या ह्या हावऱ्या वृत्तीमुळेच अखेर तुझा सत्यानाश होणार आहे.''

“असं का तू तिला सांगितलंस?” मिस्टर डेव्हियटने त्याला विचारलं.

“मला दिव्य दृष्टी लाभली आहे,” अँगस म्हणाला.

“आजही त्याच दृष्टीमुळे तुला तुझी आई दिसली असणार,” हॅमिश म्हणाला. “पण माझा असा अंदाज आहे की ट्रिक्सीच्या त्या लोभी वृत्तीबद्दल तू लोकांकडून आधीच ऐकलेलं असणार आणि तुला ती चायना कुत्र्यांच्याबाबतीत फसवतेय हे लक्षात आल्यामुळे तू तिला मुद्दाम डिवचलंस. चल, मी तुला घरी नेऊन सोडतो. मला काही गोष्टी तपासायच्या आहेत आणि तुझ्या घरी न्यायवैद्यक पथकालाही बोलवून घ्यायचंय.”

“तू एकटाच जा,” अँगस त्याची नजर चुकवत म्हणाला, “मला मिस्टर डेव्हियटबरोबर जरा चर्चा करायची आहे. तो फार बुद्धिवान आणि थोर माणूस आहे असा त्याचा चेहरा मला सांगतोय.”

मिस्टर डेव्हियटचा खुललेला चेहरा हॅमिशने पाहिला व टाऊझरला घेऊन तो तिथून बाहेर पडला.

वाऱ्यामुळे जमीन सुकून गेली होती त्यामुळे न्यायवैद्यक पथकाला पावलांचे ठसे सापडणं मुश्किल होईल असं हॅमिशला वाटलं. अँगसच्या घराच्या मागच्या दरवाजापाशी येणाऱ्या पाऊलवाटेवर फरशीचे तुकडे टाकलेले होते व फाटकाबाहेर जांभळ्या रानटी फुलांचं माळरान पसरलेलं होतं.

ज्याने कुणी अँगसला विष पाजण्याचा प्रयत्न केला असेल त्याला आज मी अँगसला भेटायला येणार हे पक्कं ठाऊक असणारच, कारण गावातल्या सगळ्यांनाच ते माहीत असल्याचं ब्लेअरने त्याला सांगितलं होतं. माळरानावरून चालता चालता त्याच्या लक्षात आलं की, तो इयान गनच्या शेतासमोर उभा होता. ब्लेअरने किंवा त्याच्या सहाय्यकांनी इयान गनची जबानी घेतली की नाही, हे अजून त्याला समजलं नव्हतं. त्याने वटवाघळांच्या संदर्भात घडलेली घटना ब्लेअरला सांगितली नव्हती कारण त्याला ती तितकीशी महत्त्वाची वाटली नव्हती. पण आज अँगसच्या घराच्या दरवाजामागे सापडलेल्या व्हिस्कीच्या बाटलीमुळे आता इयान गनकडे गांभीर्यानं पाहावं लागणार होतं. अँगसच्या घरापासून इयानचं घर अगदीच जवळ होतं व त्यामुळे कोणाच्याही नकळत तो दारामागे बाटली ठेवून चटकन पळून जाऊ शकत होता. हॅमिशला आठवलं की, त्या दिवशी ट्रिक्सी निघून जात असताना इयान गन तिच्याकडे खुनशी नजरेने पाहत होता. आता त्याला ही गोष्ट ब्लेअरला सांगावीच लागणार होती आणि इतकी महत्त्वाची माहिती इतके दिवस लपवून ठेवल्याबद्दल ब्लेअरच्या शिव्या त्याला खाव्या लागणार होत्या.

हॅमिश गनच्या घरी पोहोचला, तेव्हा इयान नुकताच शेतावरून घरी परतला होता. त्याचा उंच, लुकडा मुलगा स्वयंपाकघरातल्या टेबलापाशी बसला होता व

मिसेस गन स्वयंपाक करत होती.

"अरे हॅमिश, तू इथे कसा?" इयान त्याला पाहून खूश होत म्हणाला. "बस ना."

"मला तुझ्याशी खाजगीत थोडं बोलायचं होतं," हॅमिश म्हणाला.

इयान व त्याच्या बायकोने एकमेकांकडे कटाक्ष टाकला. मग इयान त्याला म्हणाला, "ठीक आहे, आपण बाहेर बसू."

हॅमिश त्याच्याबरोबर बाहेरच्या खोलीत आला.

"काय झालंय?" इयानने विचारलं.

"ट्रिक्सीचा खून झालाय ही गोष्ट तुला ठाऊकच आहे. आता तिच्याबद्दल ज्यांच्या मनात रोष होता, त्या सर्वांची मला जबानी घ्यावी लागणार आहे. शिवाय आज आपल्या घराच्या मागे ठेवलेल्या व्हिस्कीच्या बाटलीतून कुणीतरी आपल्याला विष पाजण्याचा प्रयत्न केला असं अँगस मॅक्डोनाल्डने छातीठोकपणे ब्लेअरला सांगितलंय."

"हल्ली अँगस इतकी दारू पितो की आता त्याला व्हिस्कीची चव विषासारखी लागत असली तर त्यात नवल नाही," इयान म्हणाला. "आणि त्या हलकट बाईच्या मृत्यूशी माझा काय संबंध?"

"तिचा काटा काढल्याशिवाय तुला तुझ्या शेतातली ती पडकी इमारत पाडता येणं शक्य नव्हतं," हॅमिश म्हणाला.

इयान कडवटपणे हसला. "त्या मूर्ख बाईने ती पक्षी निरीक्षण संस्था सुरू केली होती आणि इतकंच करून ती थांबली नव्हती, तर आजुबाजूच्या गावातल्या संस्थांना पत्रं लिहून तिने त्यांना लॉचडभला वटवाघळं बघायला बोलावलं होतं. माझ्या शेतावर पक्षीप्रेमी लोकांच्या झुंडीच्या झुंडी येऊ लागल्या. मला आठवतं, माझ्या लहानपणी आपल्या गावात पक्षी पाहायला येणारी लोकं किती सभ्य व प्रेमळ असायची, पण आता येणाऱ्यांतली बहुसंख्य माणसं मवाली दिसायची. दाढी वाढलेली, चट्टेरीपट्टेरी जाकिटं, रंगीत गॉगल्स आणि त्यांचे किडलेले दात बघून तर मला किळस यायची. बायकांचीही तीच तऱ्हा. वाटायचं की त्या सगळ्यांना गोळ्या घालून ठार मारावं, पण हे बघ हॅमिश, मी काही मिसेस ट्रिक्सी थॉमसला विष पाजलेलं नाही." तो किंचित पुढे वाकला. "तुला माहितीये ना, ह्या सरकारने आमच्यासारख्या शेतकऱ्यांचा जीव अगदी मेटाकुटीला आणलाय. एक तर शेतसारा अव्वाच्या सव्वा वाढवलाय आणि वर ते सरकारी अधिकारी इथे येऊन दादागिरी करतात. मला जर खून करायचाच असता तर मी ह्या सरकारी अधिकाऱ्यांचा केला असता, मिसेस थॉमसचा नव्हे. मी तुला सांगतो तिच्याच माणसाने तिला संपवलंय-तिच्या नवऱ्याने."

"का?"

"विचार कर की एकही सुरकुती पडू नये म्हणून रोज जीन्सला इस्त्री करणाऱ्या आणि पायात कॅनव्हासचे बूट घालणाऱ्या बायकोबरोबर आयुष्यभर संसार करणं कसं शक्य आहे?"

"बरोबर आहे तुझं. तिने शहाण्या माणसालाही वेडं केलं असतं," मिस्कीलपणे हसत हॅमिश म्हणाला. पण दुसऱ्या क्षणी तो गंभीर झाला. "हे बघ इयान, मी आत्तापर्यंत ब्लेअरपाशी वटवाघळांचा विषय काढला नव्हता, पण आता मला त्याला सांगावंच लागेल. तेव्हा ब्लेअरला तोंड द्यायला तयार राहा."

"त्याची काळजी तू करू नकोस. गेल्या आठवड्यात इथे इन्कमटॅक्स ऑफिसर आला होता. जर मी इन्कमटॅक्स ऑफिसरला सहन करू शकतो, तर ब्लेअरला सहन करणं मला अवघड जाणार नाही."

हॅमिश अँगसच्या घरावरून परत जात असताना वाटेत त्याला ज्योतिषी भेटला.

"माझ्या गोष्टीत आता त्यांना काही रस उरला नाही," अँगस त्रासिकपणे हॅमिशला म्हणाला. "त्यांनी तिच्या नवऱ्याला अटक केलीय."

"पॉल थॉमसला? का?"

"त्याला नव्हे. तिच्या पहिल्या नवऱ्याला."

"पहिला नवरा?"

"तिच्या घरी सध्या राहणाऱ्या जॉन पार्करशी तिचं आधी लग्न झालं होतं."

हॅमिश थेट हॉटेलमधे पोहोचला. पोलीस खात्यासाठी हॉटेलची एक खोली आरक्षित करण्यात आली होती. ब्लेअर व त्याचे सहकारी जॉनला प्रश्न विचारून भंडावून सोडत होते. हॅमिश आतमध्ये डोकावला.

"चालता हो इथून," ब्लेअर त्याला पाहून गरजला.

हॅमिश निमूट बाहेर पडला. डेव्हियटला भेटावं असं त्याला वाटलं. लॉचडभचा स्थानिक पोलीस इन्स्पेक्टर म्हणून जॉन पार्करची चौकशी करण्याचा त्याचा प्रथम हक्क होता.

हॉटेलच्या बाहेरच त्याला मॅनेजर भेटला. "मिस्टर डेव्हियट कुठे आहे?" हॅमिशने विचारलं.

"तो स्ट्रॅथबेनला परत गेला," मिस्टर जॉन्सन म्हणाला. "तिथे एका जहाजावर छापा घालून मादक द्रव्याचा मोठा साठा जप्त केला म्हणे. त्यामुळे त्याच्या लेखी इथल्या खुनाला आता फारसं महत्त्व उरलं नाही."

हॅमिश ट्रिक्सीच्या घरी गेला. पॉल थॉमस बागेत काम करत होता.

"ट्रिक्सीचा पहिला नवरा– हे काय प्रकरण आहे?" हॅमिशने त्याला विचारलं. पॉलने काम अर्धवट थांबवलं. हळूहळू उठून उभा राहत त्याने मातीत बरबटलेला हात कपाळाला लावला. "मलासुद्धा ही गोष्ट आजच कळतेय." तो चक्रावून गेलेला

दिसत होता. ''ट्रिक्सीने मला अंधारात ठेवलं.''

''त्या दोघांमध्ये भांडण झाल्याचं तू ऐकलं होतंस?''

''नाही. अनोळखी माणसांसारखेच ते एकमेकांशी वागायचे. बहुतेक त्यानंच ते कृत्य केलं असणार, पण हे समजून आता काय उपयोग? काही झालं तरी ती आता परत येऊ शकणार नाही.'' त्याच्या डोळ्यांतून घळाघळा अश्रू वाहू लागले व त्याचं सांत्वन कसं करावं हे हॅमिशला समजेना. तो त्याच्या पाठीवर हात फिरवत राहिला.

''मी त्याची खोली तपासू शकतो?''

''आता काय तपासणार तू. न्यायवैद्यक पथकाने आता तिथे एका चिठोराही शिल्लक ठेवलेला नाही. त्यांना त्यातून काय मिळणार आहे, देव जाणे! मला आता इथे कुणीही नकोय. एकटं राहावंसं वाटतंय मला.''

हॅमिश अगदी योग्य वेळी घरी पोहोचला, कारण प्रिसिलाची गाडी त्याच्या पाठोपाठच पोलीस स्टेशनात शिरली.

तिला पाहून तो खुश झाला असला तरी नेहमीसारखं आपलं हृदय आज धडधडलं कसं नाही, याचं त्याला आश्चर्य वाटलं. दोघंही स्वयंपाकघरात बसले व हॅमिशने तिला अँगस व जॉन पार्करबद्दल घडलेलं सर्व सांगितलं.

''गावातल्या कुणीतरी अँगसला विष पाजण्याचा प्रयत्न केला असेल, असं तुला वाटत नाही?'' हॅमिशचं बोलणं शांतपणे ऐकून घेतल्यावर प्रिसिलाने विचारलं.

''का?''

''खुनी कोण आहे हे दिव्य शक्तीमुळे अँगसला समजलेलं असणार अशी कुणाला तरी प्रचंड भीती वाटलेली असणार आणि असा विचार फक्त गावातलाच कुणीतरी करू शकतो. पॉल थॉमस किंवा तिचा तो पहिला नवरा, यांचा अशा गोष्टीवर विश्वास असू शकेल असं मला तरी वाटत नाही.''

हॅमिशने कपात आणखी चहा ओतला. ''घाबरलेल्या खुनी माणसाचा कशावरही विश्वास बसू शकतो हे मला ठाऊक आहे. मला फक्त एवढंच वाटतं की कोणत्याही पुराव्याशिवाय ब्लेअरने त्या जॉन पार्करला अटक करू नये. मला त्याच्याशी बोलायला हवं.''

''ब्लेअर काहीही करू शकतो. अरे वा, हे तू हुशारीचं काम केलेलं दिसतंय,'' जाळीच्या दरवाजाकडे पाहत प्रिसिला म्हणाली.

''मध्यंतरी माझ्या घरी एक अमेरिकन जोडपं आलं होतं. दाराला जाळी बसवण्याची कल्पना त्यांची होती,'' हॅमिश म्हणाला. ''मला त्या कार्ल स्टेनबर्गरशी बोलता आलं असतं तर फार बरं झालं असतं. तो थॉमस कुटुंबाबरोबर काही दिवस राहत होता. कुठच्या गावचा होता बरं तो? हां, आठवलं ग्रीनविच– कनेक्टीकटचा. तो एव्हाना घरी पोहोचला असणार. प्रिसिला, एक मिनिट थांब. ग्रीनविच पोलीस

स्टेशनला फोन करून मी कार्ल स्टेनबर्गरचा फोन नंबर मिळवतो.''

प्रिसिला उठली. ''तू आरामात तुझं काम कर. मीही निघतेय,'' ती म्हणाली. ''मी जाऊन एंजेला ब्रॉडीला भेटून येते. मला तिची काळजी वाटतेय.''

''का?''

''ती असं का वागतेय हेच मला समजत नाही. ती जणू स्वत:ला ट्रिक्सीच समजतेय. तिच्यासारखेच कपडे घालते. आवडी-निवडीही तशाच. मेंदूत बिघाड झालेला असल्याशिवाय असं कुणी वागत नाही.'' प्रिसिला म्हणाली.

डॉक्टरच्या घरी गाडीने जात असताना, तिच्या मनात हॅमिशचाच विषय होता. आजही तो तिच्याशी हसत-खेळत, मोकळेपणाने बोलला होता; पण तरीही त्या दोघांच्या नात्यातलं काहीतरी महत्त्वाचं निसटून चाललंय, असं तिला प्रकर्षाने जाणवलं. हॅमिश तिच्याबरोबर वागताना आता पूर्वीसाखा लाजाळू राहिला नव्हता आणि आज थोडं का होईना पण त्याचं आपल्यावरचं लक्ष उडालेलं होतं, हा विचार मनात येताच ती अस्वस्थ झाली.

एंजेलाच्या घराबाहेर गाडी पार्क करून ती चालत दरवाजापाशी आली व क्षणभर तिथेच स्तब्ध उभी राहिली. एक वेगळाच घुमणारा आवाज तिच्या कानावर पडला. हळूहळू तो आवाज तिला ओळखीचा वाटला. तिच्या डोळ्यांसमोर ट्रिक्सीची आकृती उभी राहिली. दरवाजा ढकलत ती आत शिरली.

एंजेला अगदी एकाग्र चित्ताने चरखा चालवत होती. तिने जिन्स व पांढरे बूट घातले होते. तिच्या टी-शर्टवर 'वटवाघळांना वाचवा' असं घोषवाक्य ठळकपणे छापलेलं होतं.

मान वर करून तिने प्रिसिलाकडे पाहिले, ''मिस हालबर्टन-स्मिथ,'' एंजेला उठत म्हणाली, ''कॉफी पिणार?''

प्रिसिला स्वयंपाकघरातल्या टेबलापाशी बसली व कॉफी बनवणाऱ्या एंजेलाकडे निरखून पाहू लागली. नव्या हेअर स्टाईलमुळे एखाद्या स्त्रीमधे किती फरक पडू शकतो, याचं तिला नवल वाटलं. कुरळे केस तिला मुळीच शोभून दिसत नव्हते. उलट त्यामुळे तिचा चेहरा खूप बारीक दिसत होता.

''तुझ्याकडे चरखा आहे, हे मला ठाऊकच नव्हतं,'' प्रिसिला म्हणाली.

''पॉलने मला दिला,'' एंजेला म्हणाली. ''बिच्चारा! त्याला तो चरखा घरात ठेवायचा नव्हता. चरख्याकडे पाहिलं की, त्याला तिथे ट्रिक्सी बसल्याचा भास होई.''

''तुझं कसं चाललंय?'' प्रिसिलाने विचारलं.

''फारसं ठीक नाही,'' एंजेला म्हणाली. ''काल रात्री धूम्रपानविरोधी मंचाची बैठक होती. किती माणसं आली होती, ठाऊक आहे? फक्त दोन आणि त्यातला

एक म्हणजे आपला कामचोर, जिमी फ्रेझर. त्याला वाटलं की, सिगरेट कशी सोडावी हे शिकवण्यासाठी मी वर्ग सुरू केलाय.''

''अरे, ही कल्पना खरंच छान आहे,'' प्रिसिला म्हणाली. ''सिगरेटवर बंदी जाहीर करण्यापेक्षा सिगरेटची सवय सोडवण्यात जर तू मदत केलीस, तर अनेकजण तुझ्या बैठकीत सामील होतील.''

''सिगरेट ओढणं हे आरोग्याला घातक आहे, ही गोष्ट शहाण्या माणसाला समजायला हवी.''

''पण हे व्यसन आहे. दारू पिण्यासारखं, गोड खाण्यासारखं. मध्यंतरी मी एक लेख वाचला होता. एखाद्या व्यसनी माणसाला जर व्यसन हळूहळू कसं बंद करावं हे शिकवण्याचा प्रयत्न केलात, तर तो तुम्हाला मनापासून सहकार्य करतो; पण जर तुम्ही त्याच्या व्यसनावर बंदी आणू पाहिलीत, तर तो रागाने उसळून उठतो. आपल्या इथे काही राज्यांत दारू पिण्यावर बंदी आहे. तर तिथे लोकं लाकडापासून बनवलेली दारू प्यायले व त्यांना अंधत्व आलं. दारू खुली ठेवण्याऐवजी जर त्यावर बंदी आणली, तर लोकं जास्त दारू पिऊ लागतील, असं माझं मत आहे.''

एंजेलाने तिचे ओठ घट्ट आवळून धरले होते. ''ट्रिक्सी म्हणायची की, लोकांना आपलं भलं कशात आहे हेच ठाऊक नसतं. म्हणून त्यांना जबरदस्तीने सुधारावं लागतं.''

''मिसेस ब्रॉडी, तू जर जगाला शहाणपणा शिकवायला गेलीस, तर तू अनेक शत्रू निर्माण करशील.''

''असं बोलणं तुला शोभत नाही.''

''पण बोलल्याशिवाय मला राहावलं नाही,'' प्रिसिला खेदाने म्हणाली. ''कारण मला तुझ्याविषयी कळवळा वाटतो, मिसेस ब्रॉडी. ट्रिक्सी थॉमस गावात येण्यापूर्वी तू खूप सुखी-समाधानी होतीस, असं मला वाटतं.''

''त्या वेळेस मी जगत होते, पण त्यात जिवंतपणा नव्हता,'' एंजेला आवेगाने म्हणाली. ''जगात खूप काही करण्यासारखं आहे. ट्रिक्सी म्हणायची की, जर प्रत्येकजण आळशासारखा बसून राहिला, तर हे जग ठप्प होऊन जाईल.'' तिने एक दीर्घ श्वास घेतला व विजयी मुद्रेने म्हणाली. ''आजपासून मी लॉचडभला आण्विक -मुक्त क्षेत्र म्हणून जाहीर करत आहे.''

''काय म्हणतेस? तू एकटीच?''

''मी एक समिती नेमणार आहे.''

प्रिसिलाला काय बोलावं हेच कळेना. एंजेला ब्रॉडीचं वागणं आता हाताबाहेर चाललं होतं. तिचा मेनोपॉज तर सुरू झाला नसेल ना, असाही विचार प्रिसिलाच्या मनात येऊन गेला. एंजेला आता अशक्त दिसू लागली होती. पूर्वीही ती सडपातळच होती,

पण तिच्या चेहऱ्यावर तेज दिसायचं. आता तिची गालफडं आत गेली होती व हाताची बोटं सुकून गेली होती. प्रिसिलाला तिथून ताबडतोब बाहेर पडावंसं वाटलं.

''मला अचानक एक काम आठवलं,'' प्रिसिला खोटं बोलली. त्या घुसमटलेल्या घरात तिला क्षणभरही थांबावंसं वाटलं नाही. ती उठून दरवाजापाशी गेली. ''तुला ठाऊक आहे मिसेस ब्रॉडी, आज अँगस मॅक्डोनाल्डने पोलिसात तक्रार केली आहे की त्याच्या दाराबाहेर व्हिस्कीची बाटली ठेवून कुणीतरी त्याला विष पाजण्याचा प्रयत्न केला.''

''तो म्हातारा मूर्ख आहे,'' एंजेला तिरसटपणे म्हणाली. ''काही काम नाही, धंदा नाही. खोटी भाकितं करत बसलाय.''

प्रिसिला बाहेर आली व तिने मोकळ्या हवेत छाती भरून श्वास घेतला. वाऱ्याचा जोर कमी झाला होता व रिमझिम पाऊस पडू लागला होता. तिला हॅमिशची आठवण आली. त्याला हवी असलेली माहिती फोनवरून मिळाली असेल का?

हॅमिशला सर्व माहिती विनासायास मिळाली होती. ग्रीनविच– कनेक्टिकटच्या पोलीस इन्स्पेक्टरला कार्ल स्टेनबर्गर ठाऊक होता. शहराच्या बाहेर त्याच्या मालकीची एक इलेक्ट्रॉनिक्स फॅक्टरी होती. इन्स्पेक्टरने त्याला कार्लचा फोन नंबर दिला व हॅमिशने लगेच फोन लावला.

सुरुवातीला हॅमिश कार्ल स्टेनबर्गरबरोबर पहाडी माणसाच्या अघळपघळ शैलीत बोलू लागला. जाळीचा दरवाजा, चिलटं, हवामान अशांविषयी गप्पा मारत असताना, कार्लने त्याचं बोलंण तोडलं. ''हे बघ इन्स्पेक्टर, एरवी तुझ्याबरोबर गप्पा मारायला मला आवडल्या असत्या, पण आत्ता मी फार कामात आहे.''

''मला फक्त एवढंच सांग की थॉमस कुटुंबाविषयी तुझं काय मत आहे?'' हॅमिशने विचारलं. ''मिसेस थॉमसला विष पाजून मारण्यात आलंय.''

''काय सांगतोस?''

''हो. जालीम विष प्यायल्याने तिचा मृत्यू झालाय.''

''म्हणजे, उंदरांना मारण्यासाठी वापरलं जातं, ते?''

''अजून आम्हाला समजलेलं नाही,'' हॅमिश म्हणाला. ''तो जो दुसरा माणूस तिच्या लॉजवर राहत होता, जॉन पार्कर, तो तिचा पहिला नवरा होता.''

''मी तुला काहीच सांगू शकत नाही,'' मिस्टर स्टेनबर्गर म्हणाला. ''पण आम्हा दोघांनाही ती आवडली नव्हती. आपल्या नवऱ्याला बावळट बनवण्याचं कसब तिच्याकडे आहे असं माझी बायको म्हणत होती, पण आम्ही त्या कुटुंबाकडे फारसं लक्ष दिलं नाही. तिने आपलं घर स्वच्छ ठेवलं होतं व ती स्वयंपाकही उत्तम बनवायची. तिच्याकडच्या स्वादिष्ट खाण्यामुळे आमचं वजन वाढलं होतं, पण तिने

बनवलेले केक खाताना मात्र आम्हाला कधीच मजा आली नाही. आम्ही केक तोंडात टाकला की तिचा नवरा लहान मुलासारखा अधाशीपणे आमच्याकडे पाहत राही. तो जॉन पार्कर आपल्या खोलीत बसून टाईपरायटर बडवत राहायचा. तो जेवणही खोलीतच मागवून घ्यायचा. या व्यतिरिक्त मी तुला आणखी काही माहिती सांगू शकत नाही.''

त्याचे आभार मानत हॅमिशने फोन ठेवून दिला. जॉन पार्करने जबानीत काय सांगितलं असेल याची त्याला उत्सुकता होती. बाजारात जाऊन त्याने व्हिस्कीची बाटली विकत घेतली. आज रात्री कर्नलच्या शेतात जाऊन एक-दोन ग्राऊझ पक्ष्यांची शिकार करावी व ते पक्षी स्ट्रॅथबेनच्या बाजारात विकून, व्हिस्कीच्या बाटलीचे पैसे वसूल करावेत असा विचार त्याच्या मनात येऊन गेला.

तो हॉटेलवर पोहोचला व मासे पकडण्यासाठी निघालेल्या बोटींकडे पाहत राहिला.

अखेर ब्लेअरचा भसाडा आवाज त्याच्या कानावर पडला. तो हॉटेलच्या मागच्या बाजूला गेला व कुंपणाच्या भिंतीमागे लपून उभा राहिला. ब्लेअरची त्याच्याकडे पाठ होती व त्याच्यासमोर त्याचे दोन मदतनीस उभे होते. जॉन पार्करला सोडून देण्यात आलं असावं. भिंतीवरून डोकावणाऱ्या हॅमिशकडे डिटेक्टिव्ह जिमी अँडरसनचं लक्ष गेलं. हॅमिशने व्हिस्कीची बाटली उंचावून इशारा केला. अँडरसनने त्याच्याकडे पाहून हळूच मान डोलावली.

मग हॅमिश पोलीस स्टेशनमध्ये आला व शांतपणे वाट पाहत बसला.

अर्ध्या तासाने जिमी अँडरसन अवतरला. ''आधी ग्लासमधे व्हिस्की ओत, मग मी तुला सगळं सांगतो,'' तो म्हणाला. ''ब्लेअर जॉन पार्करला अटक करू शकला नाही.''

हॅमिशने त्याच्या ग्लासात व्हिस्की ओतली व म्हणाला, ''मग पार्करची पार्श्वभूमी काय आहे?''

''एकेकाळी ड्रग्जचं व्यसन. हॅश आणि थोडं कोकेन. बेकार. अशा अवस्थेत असताना ट्रिक्सी थॉमसची भेट. सामाजिक कार्यकर्ती. त्याला आपल्या ताब्यात घेते. त्याचं लिखाण वाचते. एंजंट्स व प्रकाशकांच्या मागे भुणभुण करत राहते. जॉनला व्यसनमुक्त करते. त्याच्या नव्या आयुष्याची सुरुवात करते. त्याला पैसा मिळवून देते आणि मग तिने काय केलं असेल असं तुला वाटतं?''

''ती त्याला घटस्फोट देते,'' हॅमिश म्हणाला.

''तुला कसं ठाऊक?''

''मला ठाऊक नव्हतं,'' हॅमिश सावकाश म्हणाला. ''अंदाज सांगितला. ते जाऊ दे, तो अजून तिच्या प्रेमात होता? तो तिचा आधीचा नवरा आहे हे पॉलला

माहीत होतं? तिच्याशी लग्न करताना त्याला ते कळलेलं असणार. माझ्याशी बोलताना त्याने ही गोष्ट नाकारली, पण नक्कीच त्याला ठाऊक असणार.''

''नाही, ट्रिक्सीने घटस्फोटानंतर पुन्हा पूर्वीचं नाव लावायला सुरुवात केली होती असं तो म्हणाला.''

''तरीही त्याला माहीत असावं. तिला घटस्फोटाची कागदपत्रं तर मिळवावी लागली असणारच.''

अँडरसन मिस्कीलपणे हसला, ''ट्रिक्सीने सर्व गोष्टी अगदी शिताफीने जुळवून आणल्या होत्या. आपण रजिस्टारच्या कचेरीत हजर होतो एवढंच त्याला आठवतंय.''

''ही कधीची घटना?''

''ह्याच वर्षीची.''

''आणि तिने पार्करला घटस्फोट कधी दिला होता?''

''दहा वर्षांपूर्वी.''

''मुलं?''

''नाही, तिला मूल झालं नव्हतं. आणखी थोडी व्हिस्की देतोस?''

हॅमिशने त्याचा ग्लास भरला. ''ती इथे आली आहे हे पार्करला कसं समजलं?''

''तिने त्याला पत्र लिहिलं. आपल्या पुस्तकाचे हक्क त्याने एका चित्रपटनिर्मात्याला विकलेत हे तिला समजलं होतं. कुठल्या तरी मासिकात तिने ते वाचलं असावं. आपण लॉज सुरू केलंय हे तिने त्याला सांगितलं आणि लॉजवर राहून आपल्याला पैसे दे असं त्याला सुचवलं. कारण तिने त्याच्यावर खूप उपकार केले होते व घटस्फोटाच्यावेळी त्याच्याकडून पोटगीही मागितली नव्हती. शिवाय त्या दोघांमधल्या पूर्वीच्या नात्याची कल्पना पॉलला कधीच येऊ नये अशी तिची इच्छा होती. अशा तऱ्हेने पार्करचं इथं आगमन झालं. तो तिला महिन्याचे आठशे पौंड द्यायचा. पॉलला हे ठाऊक नव्हतं. ती परस्पर पैसे वसूल करायची. छुपी मिळकत. त्यावर व्हॅट नाही, इन्कम टॅक्स नाही.''

''तिने मृत्युपत्र केलंय?'' हॅमिशने विचारलं.

''हो तर आणि सर्व मालमत्ता पॉलच्या नावावर केलीय. घर तर त्याच्याच मालकीचं आहे पण आता त्याला आणखी वीस हजार पौंड मिळालेत.''

''अरे वा! आणि ही बाई आपण दरिद्री असल्याचं ढोंग करत होती,'' हॅमिश म्हणाला. ''पण म्हणून कोणी खून करावा एवढी काही ती श्रीमंत नव्हती. हे बघ मित्रा, तू कदाचित मला आणखी थोडी मदत करू शकशील.'' मग त्याने इयान गन व त्याच्या वटवाघळांचा किस्सा अँडरसनला सांगितला.

''मी ब्लेअरला सांगतो,'' अँडरसन म्हणाला. ''पण पार्करनेच ख़ून केलाय

ह्यावर तो इतका अडून बसलाय की तो माझं बोलणं ऐकून घेईल असं वाटत नाही.''

''हे बघ,'' हॅमिश गंभीरपणे म्हणाला. ''मी पार्करला जाऊन भेटणार आहे. मधल्या काळात अँगसकडच्या व्हिस्कीचा रिपोर्ट आला तर मला लगेच कळव.''

''ठीक आहे,'' हातातला ग्लास रिकामा करत अँडरसन म्हणाला. ''पण ही बाटली इथेच जवळपास राहू दे.''

हॅमिश पोहोचला तेव्हा जॉन पार्कर टायपिंग करत होता.

''मिस्टर पार्कर,'' हॅमिश आवाज चढवून म्हणाला. ''मला सांग की त्या दिवशी आपण ट्रिक्सी थॉमसला पूर्वी ओळखत नव्हतो, असं तू माझ्याशी धादांत खोटं का बोललास?''

''माझ्यापाशी खूप काम बाकी होतं,'' जॉन म्हणाला. ''मी तिचा खून केला नव्हता आणि मला माझ्यामागे पोलिसांच्या चौकशीचं लचांड लावून घ्यायचं नव्हतं. मी ड्रग्ज घ्यायचो हे तुला एव्हाना समजलंच असेल. त्यामुळे मी अनेकदा पोलिसांच्या तावडीत सापडलेलो आहे आणि माझ्या मनात पोलिसांबद्दल खूप राग आहे.''

''आणि माझ्या मनात खोटं बोलणाऱ्या लोकांविषयी घृणा आहे.''

''सॉरी. पण जे आहे ते मी तुला सांगितलं.''

''तर मग तुझ्या लग्नाबद्दल मला सांग.''

''सांगण्यासारखं फारसं काही नाही. ट्रिक्सीला मी सापडलो, तेव्हा मी अतिशय दयनीय अवस्थेत होतो. व्यसनात पार बुडालो होतो. तिने मला डॉक्टरकडे नेलं. डॉक्टरच्या फीचे पैसे स्वतः भरले. मी सुधारकेंद्रात असताना माझी हस्तलिखितं तिला सापडली. मी केंद्रातून बाहेर आल्यावर ती मला प्रकाशकांकडे घेऊन गेली. माझ्या लिखाणात दुरुस्त्या सुचवल्या. हस्तलिखितं टाईप केली. माझं सर्व काही केलं फक्त टॉयलेटला माझा मी जायचो, एवढाच अपवाद,'' तो अचानक खुनशीपणाने म्हणाला. ''हे बघ, एखाद्या व्यक्तीच्या उपकाराच्या बंधनात कायमचं राहणं फार अवघड असतं. मला घटस्फोट देतेय असं जेव्हा तिने मला सांगितलं, तेव्हा माझा माझ्या नशिबावर विश्वासच बसेना.''

हॅमिशने भुवया उंचावल्या. ''मग तू इथे परत का आलास?''

त्याने एक उसासा सोडला. ''मला वाटतं, मी कधीच तिच्या ऋणातून बाहेर पडू शकणार नव्हतो. तिच्याबद्दल वाटणारी कृतज्ञताच मला पुन्हा तिच्यापाशी खेचून घेऊन आली.''

''आणि इथे आल्यावर काय घडलं?''

''तसं सगळं ठीक होतं.'' तो चकित झाल्याचं त्याच्या बोलण्यातून जाणवत होतं. ''तिने केवळ पॉललाच नव्हे तर गावातल्या बायकांनाही आपल्या मुठीत ठेवलं होतं. लॉजिंगची व्यवस्था चोख होती आणि ह्या गावाच्या तर मी पाहताक्षणीच प्रेमात पडलो.

मला खूप लिखाण करायचं होतं व इथे मला निवांतपणे ते करता येणार होतं.''

हॅमिश टाइपरायटरवरचा कागद वाचू लागला. दहावं प्रकरण असा त्यावर मथळा होता. याचा अर्थ पार्करने खरोखरच भरपूर लिखाण केलं होतं. "ल्यूक म्युलिगन,'' हॅमिश वाचू लागला. "घोड्याच्या रिकिबीत पाय अडकवलेल्या लोलाकडे पाहून प्रसन्नपणे हसला आणि त्याच्या खडबडीत चेहऱ्यावर त्याला न शोभेल असं कोमल हास्य उमटलं.''

हॅमिश कागदांकडे बोट दाखवत म्हणाला, "हे अमेरिकन वाटत नाही.''

"ही विज्ञानकथा आहे,'' जॉन तुटकपणे म्हणाला. तो उठला व त्याने ते हस्तलिखित एका जुन्या ट्रंकेत ठेवून दिलं. हॅमिशच्या मनात ते लिखाण वाचण्याची प्रचंड उत्सुकता निर्माण झाली.

"मिस्टर व मिसेस थॉमसचे संबंध कसे होते?''

"ठीक होते,'' जॉन म्हणाला. "रीतसर लग्न झालं होतं. आईने आपल्या मुलाला सांभाळावं तशी ती त्याला सांभाळत होती व पॉलला तिच्या पदराखाली सुरक्षित वाटत होतं.''

हॅमिश उठला. "गाव न सोडून जायच्या सूचना तुला मिळाल्याच असतील.''

"हो. तो ब्लेअर तर मला खुनी ठरवण्यासाठी काहीही करायला तयार आहे. मला बेकायदेशीर अटक केलीस तर मी तुझ्यावर केस करेन अशी मी त्याला धमकी दिल्यामुळे त्याला नाईलाजाने मला सोडावं लागलं.''

हॅमिश त्याच्या खोलीचं निरीक्षण करू लागला. ट्रिक्सीने लोकांकडून जमवलेल्या पुराणवस्तुसंग्रहातील एकही वस्तू तिथे नव्हती.

"मी असं ऐकलंय की तू हालबर्टन-स्मिथचा मित्र आहेस.'' जॉन पार्कर म्हणाला.

हॅमिशने चकित होऊन त्याच्याकडे पाहिलं. "कर्नलचा नव्हे, मी त्याच्या मुलीचा मित्र आहे,'' तो म्हणाला. "कर्नल हालबर्टन-स्मिथपाशी माझ्याकरता फारसा वेळ नाही. पण तू हे का विचारलंस?''

"मला त्याचा बंगला आणि भोवतालचा परिसर पाहायचाय.''

"तो खूप जुना बंगला नाही. व्हिक्टोरियन काळातील गॉथिक पद्धतीचा बेढब आणि भीतिदायक वाटणारा बंगला आहे.''

"असू दे. मला माझ्या पुस्तकात त्याचा वापर करता येईल.''

हॅमिशच्या मनात झटकन विचार आला. जर जॉन पार्करला आपण काही काळ टॉमेल कॅसलमधे अडकवलं तर जे हस्तलिखित तो आपल्यापासून लपवू पाहत आहे ते निवांतपणे वाचण्याची संधी आपल्याला मिळू शकेल.

"मला वाटतं मी तुझं हे काम करू शकतो,'' हॅमिश म्हणाला. "उद्या चालेल?''

"नक्कीच चालेल."

"मी मिस हालबर्टन-स्मिथला थोड्या वेळाने फोन करतो व ती काय म्हणते ते तुला येऊन सांगतो."

हॅमिश पोलीस स्टेशनात पोहोचला व त्याच्या पाठोपाठ डिटेक्टिव्ह जिमी अँडरसन तिथे आला.

"पुन्हा थोडी प्यावीशी वाटली," अँडरसन अजिजीने म्हणाला. "ब्लेअर प्रचंड संतापलाय. समोर दिसेल त्याला शिव्या देतोय. त्या ज्योतिष्याच्या बाटलीतही जहरी विष सापडलं."

"म्हणजे आता पत्रकारांची रीघ लागणार," हॅमिश विषण्णपणे म्हणाला. "त्यांना ह्या बातमीवरून चटकदार लेख लिहिता येतील. शीर्षक – 'ज्योतिषी म्हणतोय, आपुले मरण पाहिले म्या डोळा...' मग ब्लेअरचं त्यावर काय म्हणणं आहे?"

"उद्या अँगस मॅक्डोनाल्डला अटक करायची तो धमकी देतोय."

"का?"

"पोलिसांची दिशाभूल केल्याबद्दल. वर्तमानपत्रात प्रसिद्धी मिळावी म्हणून त्याने स्वतःच व्हिस्कीच्या बाटलीत विष मिसळलंय."

"असू शकेल."

"त्यामुळे आता डेव्हियट भडकलाय. ब्लेअरने लवकरात लवकर खुनाचा छडा लावला नाही तर तो ही केस दुसऱ्या कुणावर तरी सोपवणार आहे."

हॅमिशने निराशेने मान हलवली. "ब्लेअरसमोर असं बोलणं म्हणजे मूर्खपणाच आहे. आता जो पहिला दिसेल त्या माणसाच्या हातात तो बेड्या ठोकेल."

"चल, आता व्हिस्की पिऊया."

बराच वेळ दोघे केसबद्दल गप्पा मारत राहिले. मग अचानक अँडरसनच्या लक्षात आलं की ब्लेअर स्ट्रॅथबेनला जायला निघाला असणार व आपल्याला शोधत असणार.

तो गेल्यावर हॅमिशने टॉमेल कॅसलला फोन लावला व प्रिसिलाला फोनवर बोलावलं.

"मिस हालबर्टन-स्मिथ बाहेर गेली आहे," जेनकिन्सने उत्तर दिलं.

"हे बघ बिनडोक माणसा, तिला ताबडतोब फोनवर बोलाव नाहीतर मी तिथे येऊन तुझी बत्तिशी तुझ्या पोटात घालीन," हॅमिश शांतपणे त्याला म्हणाला.

दुसऱ्या मिनिटाला प्रिसिला फोनवर आली व म्हणाली, "तू जेनकिन्सला काय बोललास? तो वैतागलाय."

"ते जाऊ देत. माझं एक काम करशील?" हॅमिशने तिला जॉन पार्करबद्दल

सांगितलं व तो जेव्हा बंगल्यावर येईल तेव्हा तासभर तरी त्याला तिथे अडकवून ठेव, असं तो प्रिसिलाला म्हणाला.

"ठीक आहे," प्रिसिला म्हणाली. "उद्या रात्री बाहेर जेवायला जायचं का?"

"उद्या रात्रीपर्यंत मी मोकळा होऊ शकेन की नाही हे मला आत्ता सांगता येणार नाही." हॅमिश म्हणाला. "मला ह्या केसचे धागेदोरे सापडू लागले आहेत, असं मला वाटतंय."

क्षणभर प्रिसिला गप्प बसली व मग म्हणाली, "हरकत नाही. पुन्हा केव्हातरी."

हॅमिशने तिचे आभार मानत फोन ठेवून दिला. प्रिसिला रिसिव्हर हातात घेऊन तशीच टेबलापाशी उभी राहिली व विचारात गढून गेली. यापूर्वी हॅमिश मॅक्बेथने तिच्या आमंत्रणाला कधीच नकार दिला नव्हता. त्याला एखादी नवीन मैत्रीण मिळाली असावी. तिचा खूप जळफळाट झाला आणि आत जाऊन स्वत:चा राग तिने जेनकिन्सवर काढला.

हॅमिशने कॅप उचलली, टाऊझरला हाक मारली व नेहमीप्रमाणे गावात गस्त घालायला तो बाहेर पडला. ती शुक्रवारची रात्र होती त्यामुळे बारमध्ये खूप गर्दी असणार होती. दारू पिऊन कोणी गोंधळ करू नये किंवा नशेत गाडी चालवू नये ह्याची खबरदारी घेण्यासाठी त्याने पबमध्ये जायचं ठरवलं.

मॅक्लिनच्या घरावरून जाताना त्याला आतून भांडणाचा जोरात आवाज ऐकू आला व पाठोपाठ बायकी आवाजात शिव्यांचा भडीमारही कानी पडला. दरवाजा ढकलून तो घरात शिरला.

आर्ची व त्याची बायको स्वयंपाकघरातल्या टेबलाजवळ समोरासमोर उभे होते. ती गाल चोळत होती, ह्याचा अर्थ आर्चीने तिला मारलं होतं.

"काय चाललंय?" हॅमिशने आवाज चढवला.

"ए, तू चोंबडेपणा करू नकोस," आर्ची गुरगुरला आणि मुठी वळवून हॅमिशच्या अंगावर धावून आला. टाऊझर सरपटत टेबलापाशी जाऊन गुपचूप बसला. हॅमिशने बाह्या सरसावत आर्चीचं मनगट घट्ट पकडलं व त्याचा खांदा मागे खेचत हात पिरगाळला. "आर्ची, माझ्याशी नीट बोल नाहीतर तुझा हात उखडून काढीन."

"ए, आधी माझ्या नवऱ्याला सोड," मिसेस मॅक्लिन ओरडली. "हे नवरा-बायकोमधलं भांडण आहे." हॅमिशचं लक्ष तिच्या हातांकडे गेलं. ती हात मागे घेऊन काहीतरी लपवण्याचा प्रयत्न करत होती. हातात ती वस्तू नसती, तर नक्कीच तिने उडी मारून नवऱ्याला हॅमिशच्या हातून सोडवण्याचा प्रयत्न केला असता.

"माझा हात सोड," आर्ची गुरगुरला.

हॅमिशने पकड ढिली केली व त्याला बाजूच्या खुर्चीवर जबरदस्तीने बसवलं.

त्याने मग खिशातून डायरी व पेन्सिल काढली. ''आता मला नीट सांग,'' दम देत तो म्हणाला. ''काय झालं?''

''तू डायरी कशासाठी उघडलीस?'' आर्ची संतापून म्हणाला, ''माझ्याविरुद्ध तपासाचं वॉरंट आहे का तुझ्यासाठी? एखाद्या माणसाच्या घरात घुसण्याचा तुला काय अधिकार आहे?''

त्या दोघांनाही क्षणभर वाटलं की हॅमिश शांतपणे डायरीकडे बघत उभा आहे, पण दुसऱ्याच क्षणी विजेच्या वेगाने हालचाल करत हॅमिशने मिसेस मॅक्लिनच्या मागे जाऊन तिने लपवलेल्या वस्तूचा ताबा घेतला होता. हॅमिशची ती चपळाई पाहून बिचारा टाऊझर उदासपणे टेबलाखाली कुरकुरला.

हॅमिशने हातातल्या कॅनकडे पाहिलं. उंदरांना मारण्याचं विषारी औषध अशी त्यावर पट्टी चिकटवली होती.

''अच्छा, असं आहे तर!'' दोघांचे पडलेले चेहरे पाहत तो म्हणाला, ''आलं लक्षात!''

''तुला वाटतं तसं काहीही नाहीये.'' मिसेस मॅक्लिन म्हणाली. ''आमच्या घरात उंदीर झाले होते. मागे एकदा किराणा मालाच्या दुकानातून हा कॅन विकत आणला होता.''

''ठीक आहे. तू हा कॅन कधी विकत घेतला होतास, हे मिस्टर पटेलला जाऊन विचारतो,'' हॅमिश म्हणाला.

बराच वेळ दोघांपैकी कुणीच बोललं नाही. ''तिने तो नव्हता विकत आणला.'' अखेर आर्ची बोलू लागला. ''मी स्वत: तो कोएलला राहणाऱ्या इयान गनकडून घेऊन आलो होतो,'' तो बायकोच्या जवळ गेला. ''जरा तोंड बंद ठेवलं असतंस तर...''

''मी? मी तोंड बंद करायला हवं होतं?'' ती चिडून म्हणाली. ''तूच तो कॅन तुझ्या खोलीतल्या कपाटाच्या खणात लपवला होतास...'' ती चटकन बोलून गेली व मग हॅमिशच्या वटारलेल्या डोळ्यांपुढे पाहून एकदम गप्प झाली.

''तर मग आर्ची, ह्यावर तुझं काय म्हणणं आहे?'' हॅमिशने विचारलं व तो उत्तर देत नाही हे पाहून म्हणाला, ''बऱ्या बोलाने मला सांग, नाहीतर स्ट्रॅथबेनला जाऊन तुला ब्लेअरसमोर उभं करावं लागेल.''

''नको, त्यापेक्षा मी तुलाच सांगतो.'' बायकोकडे वैतागून पाहत आर्ची म्हणाला. ''मला हा कॅन स्वयंपाकघरातल्या ओट्याखाली एका कोनाड्यात सापडला. त्यावर धूळ साचली होती. तो कॅन असा उघड्यावर ठेवणं मला धोकादायक वाटलं, म्हणून मी तो माझ्या खोलीत नेऊन ठेवला.''

''अरे भल्या गृहस्था,'' त्याची बायको म्हणाली. ''आपल्या घरी उद्या जीन आणि

विन्स चहासाठी येणार आहेत, हे देखील तुझ्या लक्षात नाही? आमची विन्स रोरी दोन वर्षांची आहे.'' हॅमिशला समजावून सांगत ती म्हणाली. ''आणि हा गृहस्थ स्वयंपाकघरातल्या ओट्याखालच्या वस्तू हुडकत बसला होता. अरे, लहान मुलांच्या हाती लागू नये म्हणून मी मुद्दाम तो कॅन तिथे लपवून ठेवला होता. वर्ष झालं असेल त्या गोष्टीला. आमच्या बागेत उंदीर झाले होते.'' हॅमिश मनातल्या मनात मॅक्लिन कुटुंबाची माहिती आठवू लागला. जीन ही त्यांची मुलगी होती. तिला तीन मुलं होती. रोरी, ही तिघांतली धाकटी, दोन वर्षांची होती.

''तर मग,'' हॅमिश म्हणाला. ''आर्ची, तुला असं वाटलं की तुझ्या बायकोने मिसेस थॉमसला विष पाजलं आणि मिसेस मॅक्लिन, तुला वाटलं की तुझ्या नवऱ्याने तिला विष पाजून मारलं. बापरे! त्या ट्रिक्सी थॉमसने तर तुमच्या संसारातच विष कालवलेलं दिसतंय. मला हा कॅन घेऊन जावा लागेल. तुम्ही हा कुठून विकत घेतला?''

''पटेलकडून मी तो वर्षापूर्वीच विकत घेतला होता,'' मिसेस मॅक्लिन अर्धवट पुटपुटली. ''तू मला दोष देऊ शकत नाहीस. ह्या निर्लज्ज माणसाने त्या बाईचा हात धरला होता. इतक्या वर्षांत माझा हात कधी हातात घेतला नाही. लग्नापूर्वी आम्ही एकत्र फिरायचो, तेव्हासुद्धा नाही.'' तिला पुढे बोलता येईना. हॅमिशसमोर तिने असहाय्यपणे हात पसरले. इतक्या वर्षांच्या काबाडकष्टाने, उकळतं पाणी, ब्लीच, अमोनियामध्ये सतत काम केल्यामुळे तिच्या हातांना भेगा पडल्या होत्या व कातडी जळून पांढरी फटक पडली होती. तिच्या जाड फुगलेल्या बोटांमध्ये लग्नाची अंगठी घट्ट रुतून बसली होती.

''उद्या मला ही गोष्ट ब्लेअरला सांगावीच लागेल.'' हॅमिश खेदाने म्हणाला. ''आणि हा कॅन मी घेऊन जातोय.''

हॅमिशला त्या दोघांच्या चेहऱ्यांकडे बघवेना. ट्रिक्सी थॉमस जर अजून जिवंत असती तर आपणच तिचा खून केला असता असा विचार त्याच्या मनात आला. मॅक्लिनच्या इतक्या वर्षांच्या सुखी संसाराला आता कायमचा तडा गेला होता.

त्याने शीळ घालून टाऊझरला बोलावलं व तो बाहेर पडला. आकाश स्वच्छ होतं, पाऊस पडत नव्हता आणि चांदण्या चमचमत होत्या. टाऊझर चोरट्यासारखा हॅमिशपासून मागे-मागे राहत होता. हॅमिशने वळून त्याच्याकडे पाहिलं. ''तू एक नंबरचा भित्रा आहेस.'' हॅमिश त्याला म्हणाला. तसा त्याच्या हातावर पंजा ठेवून टाऊझर शेपटी हलवू लागला. ''असू देत, इतर रानटी कुत्र्यांप्रमाणे बिचाऱ्या मेंढ्यांचे लचके तोडण्यापेक्षा, तू घाबरट असलेलाच मला चालेल.'' हॅमिशने खाली वाकून त्याला गोंजारलं आणि आपल्या मालकाने आपल्याला माफ केलं या आनंदात टाऊझर जोरजोरात उड्या मारू लागला.

पटेलच्या दुकानात उजेड नव्हता म्हणून दुकानाला वळसा घालून मागच्या जिन्याने हॅमिश वर असलेल्या त्याच्या घरी गेला. बऱ्याच वेळाने चकचकीत लाल रंगाची साडी नेसलेल्या मिसेस पटेलने दरवाजा उघडला.

"अरेच्या, मिस्टर मॅक्बेथ," ती चमकून म्हणाली, "इतक्या रात्री तू काय काम काढलंस?"

इतक्या सुंदर स्त्रीच्या तोंडी असे गावरान स्कॉटिश उच्चार ऐकून हॅमिश चकित झाला. तुझ्या नवऱ्याशी मला थोडं बोलायचंय असं त्याने सांगितल्यावर किंचित नाखुषीने तिने त्याला घरात घेतलं. घराच्या भिंती भडक रंगांनी रंगवलेल्या होत्या व कोपऱ्यातल्या फुलदाणीत प्लॅस्टिकच्या टुलीपचं रोपटं ठेवलं होतं. सगळ्या घराला जणू एक प्रकारच्या करीचा वास येत होता. मिस्टर पटेल आतून बाहेरच्या खोलीत आला. तो उंचीने ठेंगणा व प्रकृतीने स्थूल होता. त्याचे डोळे तपकिरी रंगाचे होते तर नाक पक्ष्याच्या चोचीसारखं बाकदार होतं.

"गुड इव्हिनिंग मिस्टर मॅक्बेथ," तो म्हणाला. "थोडी व्हिस्की घेणार?"

"आत्ता नको. हे बघ मिस्टर पटेल, तू उंदरांना मारायचं विषारी औषध विकतोस का?असं काही दिवसांपूर्वी मी तुला विचारलं होतं व त्यावर तू मला 'नाही' असं उत्तर दिलं होतंस आणि आपण वर्षापूर्वी पटेलच्या दुकानातून अशा औषधाचा कॅन विकत घेतला होता, असं मिसेस मॅक्लिनने आज माझ्यापाशी कबूल केलंय."

"मला वाटलं की, मी अलीकडे असं औषध कुणाला विकलंय का हे तुला जाणून घ्यायचं होतं. तुला सांगतो, वर्षापूर्वी मी स्ट्रॅथबेनच्या एका घाऊक व्यापाऱ्याकडून दोन डझन कॅन्स विकत आणले. मी स्वत:देखील ते घरी वापरून पाहिले, पण त्या विषारी औषधात काहीच दम नव्हता. उंदीर मेले नाहीतच, पण एखादा लटपटत चालताना देखील दिसला नाही."

"तुझ्या बोलण्याचा काय अर्थ होतोय, हे तुझ्या लक्षात येतंय?" हॅमिश वैतागून म्हणाला. "आता ब्लेअर मला प्रत्येक घराची झडती घेऊन, तू विकलेले दोन डझन कॅन्स गोळा करायला लावेल."

"तू कशाला मग त्याला सांगण्याच्या भानगडीत पडतोस?" मिस्टर पटेल मिस्कीलपणे म्हणाला. "तो ब्लेअर म्हणजे महामूर्ख माणूस आहे."

"महामूर्ख असला तरी हुद्याने तो मला वरिष्ठ आहे. मिस्टर पटेल, मला सांग की ते कॅन्स तू कोणाकोणाला विकले होतेस, हे तुला आठवतंय?"

"मिसेस वेलिंग्टनने एक कॅन विकत घेतल्याचं मला आठवतंय. चर्चमध्ये उंदरांचा सुळसुळाट झालाय, असं ती म्हणत होती. मिसेस ब्रॉडीनेही एक कॅन नेला होता."

“आणखी कोण?”

“थांब जरा, हां आठवलं. विलेट्सचा बंगला ज्याने विकला, त्या इस्टेट एजंटने काही कॅन्स विकत घेतले होते. बंगला बरीच वर्ष रिकामा राहिल्याने त्यात खूप उंदीर झाले होते. नंतर तो बंगला थॉमस कुटुंबाने विकत घेतला होता.”

हॅमिशने त्याचे आभार मानले व मग फोन करून ब्लेअरसाठी उंदराच्या विषासंबंधीचा निरोप ठेवून दिला. नंतर तो जॉन पार्करला भेटायला गेला. आपल्याला मिस हालबटर्न-स्मिथचा फोन आला होता व तिने तुला उद्या सकाळी दहा वाजता बंगल्यात बोलावलं आहे, असं त्याने जॉनला सांगितलं. सगळे कॅन्स गोळा करून आणण्यासाठी उद्या ब्लेअर आपल्याला शोधत राहणार याची त्याला खात्री होती. जॉन पार्कर आपल्यापासून मुद्दाम लपवत असलेलं ते हस्तलिखित उद्या त्या वेळात वाचून काढायचं, असं त्याने मनाशी पक्कं ठरवून टाकलं.

पार्करचा निरोप घेऊन तो बाहेर पडला व तलावाच्या काठाने पबकडे जाऊ लागला. आता त्याला स्वत:लाच व्हिस्की पिण्याची नितांत गरज वाटत होती.

सहा

मी असतो चावडीवर शांत, गुत्यात गप्प आणि
डॅरियनच्या टेकडीवर स्तब्ध; तिथे मी जीवनाचा अर्क शोधतो
धारदार सुरीने शेंगा सोलतो, कारण मनाने मी शुद्ध असतो.
रानटी टोळ्यांतील जंगली घोड्यांचे दूधच काय,
गायीच्या दुधानेदेखील माझे प्रेम कलुषित होऊ देत नसतो
द्राक्षाचा मद्यार्कच बरा कारण मनाने मी
निर्मळ व प्रेमळ असतो.
– जी. के. चेस्टरटन

'उंदरांना मारायच्या विषारी औषधाचे सर्व कॅन्स शोधून काढण्यासाठी गावातल्या प्रत्येक घराची झडती घे' हा ब्लेअरचा हुकूम सांगायला दुसऱ्या दिवशी अगदी सकाळी-सकाळी डिटेक्टिव्ह जिमी अँडरसन पोलीस स्टेशनवर हजर झाला. ''त्या दिवशीची व्हिस्की उरलीय का?'' त्याने आशाळभूतपणे हॅमिशला विचारले.

''सकाळी आठ वाजता तुला व्हिस्की प्यावीशी वाटते?'' थक्क होत हॅमिशने विचारलं. ''संध्याकाळी ये. पत्रकारांना भेटायला ब्लेअरची तयारी आहे?''

''तो तर त्यांना शिव्या देत सुटलाय, पण अंगात रविवारचा सूट घातलाय आणि तेल लावून केस बसवले आहेत. त्यामुळे त्याचे सुपासारखे कान आणखीच उघडे पडलेत.'' अँडरसन हसत हसत म्हणाला.

हॅमिशने टाऊझरला बागेत साखळीने बांधलं व तो बाहेर पडला. त्याच्या यादीतलं पहिलं नाव होतं मिसेस वेलिंग्टन, पाद्र्याची बायको. ती स्वयंपाकघरात काम करत होती. तिचा नवरा समोर ठेवलेल्या न्याहारीकडे खिन्नपणे पाहत होता. एका छोट्याशा बाऊलमध्ये म्युसली होती.

“बस तिथे,” हॅमिशला बघून मिसेस वेलिंग्टनने त्याला आज्ञा केली. “मी तुला कॉफी देते.”

हॅमिश टेबलपाशी बसला. “आरोग्यासाठी अगदी उत्तम न्याहरी आहे,” तो पाद्र्याला म्हणाला. मिस्टर वेलिंग्टनने उसासा सोडत हातातला चमचा खाली ठेवला. “मला वाटतं की एखाद्याची तब्येत सुधारण्यासाठी त्याला उपाशी ठेवणं हा काही उपाय होऊ शकत नाही,” तो म्हणाला. “मला तर पुन्हा लहान मूल झाल्यासारखं वाटतंय– हे नाही खाल्लं तर दिवसभर दुसरं काहीही मिळणार नाही.”

“हाच तर स्वर्गाला पोहोचण्याचा खरा मार्ग!” हॅमिश हसत म्हणाला. “पुन्हा एकदा लहान मुलासारखं निरागस होऊन जाणं!”

“मॅक्बेथ, तू मला सुविचार ऐकवू नकोस,” पाद्री वैतागून म्हणाला, “तू इथे का आला आहेस?”

मिसेस वेलिंग्टनने त्याच्यासमोर कॉफीचा कप ठेवला. त्याने कॉफीचा एक घुटका घेतला व त्याला खोकल्याची उबळ आली. रुमालाने डोळे पुसत तो म्हणाला, “मी इथे उंदीर मारायचं विषारी औषध शोधायला आलोय. मिसेस वेलिंग्टन, ही कसली कॉफी आहे?”

“तुला डँडेलिऑनचं रानटी फुलझाड ठाऊक आहे ना? त्याच्या बियांची ही कॉफी आहे. मिसेस थॉमसने मला शिकवली होती.”

हॅमिशने कप बाजूला सरकवला.

“मी काय म्हणतोय ते आलं ना आता तुझ्या लक्षात?” पाद्री म्हणाला. “तू आमच्याकडे जेवायला का थांबत नाहीस? तुला जंगली खाजकुयलीच्या पानांचं सूप मिळेल.”

हॅमिशने त्याच्या बोलण्याकडे दुर्लक्ष केलं. “मी उंदीर मारण्याच्या औषधाबद्दल बोलत होतो,” तो म्हणाला. “चर्चमध्ये उंदीर झाले होते म्हणून वर्षापूर्वी तू पटेलच्या दुकानातून एक कॅन विकत घेतला होतास.”

“हो, घेतला होता. मग?” वळूनही न बघता मिसेस वेलिंग्टन म्हणाली. सिंकमध्ये ठेवलेली भांडी ती जोरजोरात घासत होती. “काही उपयोग झाला नाही त्या औषधाचा. नंतर कधीतरी उंदीर आपणहूनच निघून गेले.”

“त्यातलं औषध अजून उरलंय?” हॅमिशने शांतपणे विचारलं.

“नाही, थोडफार उरलं होतं, ते महिन्यापूर्वी मी ओतून टाकलं.”

“नक्की ना?”

मिसेस वेलिंग्टन गर्रकन वळली. “खोटं बोलायची मला सवय नाही, मिस्टर मॅक्बेथ.”

"ठीक आहे. मला आणखी बऱ्याच ठिकाणी जायचंय," खुर्चीतून उठत हॅमिश म्हणाला.

"अरे, पण तू कॉफी घेतलीच नाहीस," पाद्री खोडकरपणे त्याला म्हणाला.

"मी खूप घाईत आहे," हॅट उचलत तो बाहेर पडला. मिस्टर वेलिंग्टनने त्याला बाहेर गाठलं. "मित्रा हे सारं कधी संपणार आहे," तो रडकुंडीला आला होता. "मला स्वप्नात मटणाच्या नळ्या आणि उकडलेले बटाटे दिसतात. मला काय वाटतं माहितीये मिस्टर मॅक्बेथ, त्या हलकट मिसेस थॉमसने गावातल्या बायकांना आपापल्या नवऱ्याविरुद्ध चिथवलंय. तसंही बायका असल्या संधीसाठी नेहमीच टपून बसलेल्या असतात."

"माझ्या मते जेव्हा या खुनाचा छडा लागेल, तेव्हाच त्या पूर्वपदाला येतील," हॅमिश म्हणाला, "अंत्ययात्रा कधी आहे?"

"आजच. आज दुपारी तीन वाजता."

"मिसेस थॉमस ही स्कॉटलंड चर्चची सभासद होती हे ऐकून मला आश्चर्य वाटलं."

"ती सभासद नव्हती," पाद्री म्हणाला. "ती कोणत्याच चर्चची सभासद नव्हती, पण ख्रिश्चन धर्मरितीप्रमाणे तिच्यावर अंत्यसंस्कार व्हावेत अशी तिच्या नवऱ्याने मला विनंती केली."

"इंग्लंडमधले तिचे कुणी नातेवाईक आज येणार आहेत?"

"नाही, सगळं विचित्रच आहे. तिचे आईवडील केव्हाच वारले आणि तिला भाऊ किंवा बहीण कोणीच नाही. अशा प्रसंगी निदान काका, आत्या किंवा मित्र-मैत्रिणी तरी हजर राहतात. पण तसंही कुणीच कळवलेलं नाही. मला वाटतं ती नातेवाईकांत अप्रिय होती."

"बरोबर," हॅमिश हळू आवाजात म्हणाला. "ती अजून काही दिवस जगली असती तर इथेही सर्वांना आवडेनाशी झाली असती, पण लक्षात घे की तिचा खून करण्याइतपत कुणाची तरी तिच्यावर खुन्नस होती. तिने तुझ्या घरातून काही फर्निचर नेलं होतं किंवा दागिने?"

"हो," संतापाने खदखदत मिस्टर वेलिंग्टन म्हणाला. "आमच्या घरात माझ्या आजोबांनी विकत घेतलेलं तसराळ्याच्या आकाराचं बेसिन होतं. माझ्या बायकोने ते तिला देऊन टाकलं. मी तिच्यावर खूप भडकलो. अशा वस्तूंना आज खूप भाव आलाय."

हॅमिश क्षणभर तिथेच उभा राहिला व समोरच्या तलावाकडे एकटक पाहू लागला. "मी जरी आत्ता उंदरांना मारण्याचं विष शोधत असलो," तो म्हणाला.

"तरी तिने कुणाच्या घरच्या मौल्यवान वस्तूंवर डल्ला मारलाय का, याचाही

मी शोध घेणार आहे.''

''मला एका गोष्टीचं आश्चर्य वाटतं,'' पाद्री म्हणाला. ''की गावातल्या लोकांनी इतक्या सहज व एकही पैसा न घेता आपल्या जवळच्या वस्तू मिसेस थॉमसला देऊन कशा टाकल्या? यापूर्वी आजुबाजूच्या गावातले व्यापारी जेव्हा ह्याच वस्तू विकत घेण्यासाठी ह्यांच्या घरी येत तेव्हा चांगली किंमत मिळत असूनही घरातल्या वस्तू विकायला हीच माणसं नकार देत असत. आपल्या त्या मिसेस मॅक्‌गॉवनकडे तर व्यापाऱ्यांनी किती खेपा मारल्या होत्या पण तिने एकाचीही डाळ शिजू दिली नव्हती. मिसेस थॉमस तिच्याकडे जाणार असल्याचं मी ऐकलं होतं. तिने मिसेस मॅक्‌गॉवनलाही पटवलं होतं का, कोण जाणे?''

हॅमिश बऱ्याच दिवसांत मिसेस मॅक्‌गॉवनला भेटला नव्हता. ती आपल्या जुन्या घरात एकटीच राहायची. तिचा स्वभाव भलताच तापट होता त्यामुळे हॅमिश तिच्याकडे जायचं टाळत असे. पण तिची अधून-मधून खुशाली घेणं हे आपलं कर्तव्य आहे याची जाणीव त्याला होती. आपल्या घरात एखाद दिवस ती मरून पडली तरी कोणाला पत्ताही लागणार नाही ह्याची जाणीव हॅमिशला होती.

''चल, मी निघतो आता,'' हॅमिश म्हणाला व खिशातून ट्युब काढून त्याने चेहऱ्यावर मलम चोपडलं. ''डास आणि चिलटांनी माझा खिमा करू नये म्हणून ही खबरदारी. तिकडे ब्लेअर एव्हाना भडकलेला असेल. अँगस मॅक्डोनाल्डला कुणीतरी विष पाजून मारण्याचा प्रयत्न केला ही बातमी समजल्यावर पत्रकारांनी त्याला घेराव घातलेला असणार.''

''छे. मला नाही वाटत तसं,'' मिस्टर वेलिंग्टन म्हणाला. ''तुला आठवतं, मागच्या निवडणुकीच्या वेळी कोण कोण जिंकेल याचं भविष्य वर्तवण्यासाठी टी.व्ही चॅनल्सनी व वृत्तपत्रांनी त्याच्या अनेक मुलाखती घेतल्या होत्या, पण त्याचे सर्व अंदाज साफ चुकले होते. तेव्हापासून पत्रकारांनी त्याच्याकडे पाठ फिरवलीये. व्हिस्कीच्या ग्लासमध्ये त्याला खरंच काहीतरी दिसलं असं तुलाही वाटतं?''

''हो,'' हॅमिश म्हणाला. ''त्याचं अख्खं आयुष्य थापा मारण्यात गेलं, पण ह्यावेळेस मात्र त्याला आपल्या भविष्याची खरोखरीच चाहूल लागली असं म्हणावं लागेल.''

तिथून निघाल्यावर हॅमिशने गावातल्या अनेक घरांमध्ये जाऊन कॅन्सचा शोध घेतला व मग दहाच्या सुमारास तो थॉमसच्या घरी पोहोचला. पॉल लाकडं तोडत होता. आता तो अधिकच जाड दिसत होता. लाकडं तोडताना त्याचं सुटलेलं पोट गदागदा पुढे-मागे हलत होतं. आपण जॉन पार्करच्या खोलीत जाऊन बसतोय व मी इथे येऊन गेल्याचं त्या लेखकाला मुळीच कळता कामा नये असं जेव्हा त्याने पॉलला बजावलं, तेव्हा पॉलने त्याच्याकडे पाहून नुसती मान हलवली व तो पुन्हा शांतपणे लाकडं तोडू लागला.

जॉन पार्करच्या खोलीला कुलूप लावलेलं नव्हतं. दार उघडून हॅमिश आत गेला. त्याला हवी असलेली सुटकेस चटकन दिसली नाही. अखेर कपाटावर ठेवलेल्या त्या सुटकेसकडे त्याचं लक्ष गेलं व त्याने ती उचलून खाली ठेवली. सुटकेस उघडून, त्याने त्यातलं हस्तलिखिताचं बाड बाहेर काढलं. कॉटवर बसून तो वाचू लागला. ‘‘झारच्या अमेझॉन स्त्रिया.’’

अमेझॉन स्त्रियांबद्दलच्या सुरस व चमत्कारिक कथा हॅमिशने पूर्वी वाचल्या होत्या, पण ही कथा अस्सल वाटत होती. त्या काळी स्त्रीसत्ताक व्यवस्था होती व स्त्रियांनी पुरुषांना गुलाम केलं होतं. रतीक्रीडेची रसभरित वर्णने करण्यात पार्करने अनेक पानं खर्ची घातली होती. अमेझॉन स्त्रिया पौर्णिमेच्या रात्री बलदंड पुरुषांकडून संभोग करवून घेत असत. जांभई देत हॅमिश पुढे वाचू लागला. त्या कथेमध्ये आता ल्यूक जेनसन या नायकाचा प्रवेश झालेला असतो. अमेरिकन चित्रपटातील प्रसिद्ध हिरो ल्यूक म्युलिगनसारखाच ह्याचाही चेहरा राकट पण रेखीव असतो. त्याला ‘क्झिथा’ नावाच्या एका दुर्मीळ व विषारी वनस्पतीचा शोध लागतो. झिल्का नावाचा तीन तोंडांचा राक्षस त्या झाडाला विळखा मारून बसलेला असतो. ल्यूक जेनसन त्या राक्षसाला ठार मारतो व ती वनस्पती अमेझॉनच्या राणीला हुंगायला लावतो. राणी तात्काळ मरून पडते आणि काय आश्चर्य! राणी मरून पडताच इतर स्त्रियांमधला खुनशी आक्रमकपणा अचानक नाहीसा होऊन त्यांच्यातल्या सामान्य स्त्रीसुलभ भावना आपोआप जागृत होतात. त्या प्रेमळ, सुंदर व मादक दिसू लागतात. आपलं खरं स्त्रीत्व परत मिळाल्याबद्दल त्या ल्यूक जेनसनचे आभार मानतात.

हस्तलिखित बाजूला ठेवून हॅमिश त्यावर विचार करू लागला. ट्रिक्सी हीच जॉनच्या मनातली अमेझॉनची राणी असू शकेल का? दोघींमधलं साधर्म्य हॅमिशला ठळकपणे दिसू लागलं होतं.

हस्तलिखित सुटकेसमध्ये ठेवून त्याने ती सुटकेस पुन्हा कपाटावर जागच्या जागी ठेवली व जिना उतरून तो खाली आला. मिसेस केनेडी मुलांना सांभाळत स्वयंपाक करत होती.

‘‘मला वाटलं होतं की तुला एव्हाना घरी जायची परवानगी दिली गेली असेल.’’ हॅमिश तिला म्हणाला.

‘‘हो. दोन-चार दिवसांत मी इथला मुक्काम हलवणार आहे,’’ मिसेस केनेडी म्हणाली. ‘‘मी थोडे दिवस इथेच राहायचं ठरवलं. मला आता काही ह्या खोलीचं भाडं द्यावं लागत नाही आणि शिवाय सध्या इथे हवाही खूप छान आहे.’’

‘‘ही गोष्ट तू सी. आय. डी. ला सांगितलीच असशील म्हणा,’’ हॅमिश म्हणाला. ‘‘पण मला सांग की तुला ह्या जागेचा पत्ता कुणी दिला. म्हणजे मिसेस थॉमसने ग्लासगो हेराल्डमध्ये जाहिरात दिली होती हे मला ठाऊक आहे.’’

"मी सदरलँड पर्यटन केंद्राच्या ऑफिसला फोन केला होता," मिसेस केनेडी म्हणाली. "त्यांनी मला ही जागा सुचवली. जागेचं भाडंही बेताचं होतं."

"मिसेस केनेडी, तुझा नवरा काय करतो?"

"मला नवरा नाही."

"तुझ्या ह्या मुलांचे वडील काय करतात?"

"कोण वडील?" मादकपणे हसत ती म्हणाली. "मला ते पुरुष आता आठवत नाहीत."

"मुलांसमोर असं बोलू नये," हॅमिश सात्विक संतापाने म्हणाला.

"ए, मला नको अक्कल शिकवू. चल, चालायला लाग इथून," मिसेस केनेडी त्याच्याकडे पाहत तुच्छतेने म्हणाली.

हॅमिश खरोखरच तिथून चालू पडला. ग्लासगोच्या एका गलिच्छ वेश्येला समजावण्यात आपण फुकटचा वेळ दवडला याबद्दल तो स्वत:ला शिव्या देऊ लागला. जगातल्या सर्वांत कुरूप व ओंगळवाण्या वेश्या आजही ग्लासगोमध्ये सापडतात हे तो ऐकून होता. शनिवारी रात्री एखाद्या बारमध्ये शिरून शुद्ध हरवलेला एखादा दारुडा, आपल्याला गिऱ्हाईक म्हणून पटवता येतोय का यासाठी टपून बसलेल्या मिसेस केनेडीची आकृती त्याच्या डोळ्यासमोर उभी राहिली व त्याला स्वत:चीच शरम वाटली. मिसेस हॅगर्टीच्या घरामधून ट्रिक्सीने काही मौल्यावान वस्तू पळवल्या होत्या का, हे तपासण्यासाठी तो टॉमेल कॅसलला येऊन पोहोचला. कॅसलला येईपर्यंत आपलं मन खुनाच्या केसमधेच गुंतलं होतं व प्रिसिलाचा विचार एकदाही आपल्या मनात आला नाही याचं त्याला आश्चर्य वाटलं.

पण हॅमिशच्या मनातले विचार कर्नल हालबर्टन-स्मिथला ठाऊक नव्हते. जॉन पार्करला आपला वाडा दाखवण्यात प्रिसिला गर्क आहे हे ठाऊक असल्यामुळे त्याने अगदी निर्धास्तपणे मिसेस हॅगर्टीच्या घराची चावी हॅमिशच्या हातात ठेवली.

हॅमिश क्षणभर तिथेच घुटमळला. "मला पुन्हा एकदा तुला विचारायचं, मिसेस थॉमसबद्दल तुझं काय मत आहे?" त्याने कर्नलला विचारलं.

"मला जे काही ठाऊक होतं, ते सर्व मी तुझ्या बॉसला सांगितलंय," कर्नल हॅमिशच्या अंगावर खेकसला व वळून निघून गेला.

हॅमिश गाडी चालवत मिसेस हॅगर्टीच्या घरापाशी आला. बराच काळ तिथे कुणीच राहत नसल्याने घराची रयाच निघून गेल्यासारखी वाटत होती. कुलूप उघडून तो आत गेला. स्वयंपाकघर जुन्या पद्धतीचं होतं, पॅसेजमध्ये एक खण असलेला पलंग ठेवलेला होता. बाजूला एक अंधारी खोली व तिला लागून मोठा दिवाणखाना होता. दिवाणखान्यात फर्निचर, शोभेच्या वस्तू आणि अनेक तसबिरींची भाऊगर्दी झालेली होती. हॅमिशला जुन्या मौल्यवान वस्तूंविषयी फार काही ज्ञान नसलं तरी

आता तिथे एकही किंमती वस्तू उरलेली नाही याची मात्र त्याला पक्की खात्री झाली होती. भिंतीवर जुन्या काळच्या स्त्री-पुरुषांच्या तसबिरी लटकत होत्या. पुरुषांनी लांब मिशा वाढवलेल्या होत्या तर स्त्रियांच्या डोक्यांवर वेगवेगळ्या आकारांच्या मोठमोठ्या हॅट्स दिसत होत्या. मिसेस हॅगर्टी वयाच्या अठ्ठ्याण्णवाव्या वर्षी वारली होती व तिच्यामागे कुणीही नातलग नव्हते. तरीसुद्धा कुणीही वारस नसल्याचं कोर्टमिधे सिद्ध होईपर्यंत कर्नलने ट्रिक्सीला तिथे प्रवेश करू द्यायला नको होता. त्या घरात अनेक लहान-मोठ्या वस्तू विखुरलेल्या होत्या. मिसेस हॅगर्टीने सारं काही सांभाळून ठेवलं होतं. अनेक कपाटं भरून ख्रिसमस कार्डस, वेगवेगळ्या पाककृती, जॅम ठेवायचे जार्स आणि बाटल्या तिथे होत्या.

तिथेच माश्या पकडायच्या कागदांचा एक गठ्ठा देखील होता, तपकिरी रंगाचा आणि स्पर्शाला गुळगुळीत असलेला. हॅमिशच्या मनात विचार आला की त्या कागदाचा चिकटपणा अजूनही शाबूत असेल का? इतक्या वर्षांनंतर नष्ट तर नसेल झाला ना?

त्याला बाहेरून काहीतरी आवाज ऐकू आला आणि मग दरवाजा उघडत प्रिसिला आत आली. चट्टेरी-पट्टेरी स्कर्ट व पांढऱ्या सिल्कच्या ब्लाऊजमधे ती फार सुंदर दिसत होती. नेहमीप्रमाणेच आजही तिच्या मऊसूत सोनेरी केसांची महिरप तिच्या चेहऱ्याचं सौंदर्य खुलवत होती. त्या घराच्या काळोख्या वातावरणात तिच्यामुळे एकदम उजेड आल्यासारखं त्याला वाटलं.

"गेला एकदाचा तो जॉन पार्कर," ती म्हणाली. "फारच लाळघोटेपणा करत होता."

हॅमिशने तिच्याकडे चमकून पाहिलं. "अरे मला तर वाटलं की तो साधा सरळ माणूस आहे. काय केलं त्याने?"

"हो. तो अगदी साधा, सभ्य माणूस आहे, पण नको तितका सभ्य आहे. मला काय म्हणायचंय हे तुझ्या लक्षात येतंय का? एकेका वाक्यानंतर सारखे माझे आभार मानायचा. माझ्यामुळे तुला खूप त्रास होतोय... वगैरे वगैरे. शेवटी शेवटी मला त्याचा इतका संताप येऊ लागला की वाटलं एखाद्या चिलटासारखं त्याला चिरडून टाकावं."

"तू एकदा त्याचं लेखन वाचायला हवंस," हॅमिश म्हणाला. "त्याचा नायक तर बलदंड शरीराचा, राकट चेहऱ्याचा पण अतिशय शांत आणि मोजकंच बोलणारा असतो."

"प्रत्येक दुबळ्या माणसाच्या मनात एक सशक्त, ताकदवान पुरुष लपलेला असतो की काय? तो फक्त कागदावरच बाहेर येतो?" जोरजोरात हसत प्रिसिला म्हणाली. "मला प्रणयरम्य कादंबऱ्या लिहिणारी लंडनमधली एक लेखिका ठाऊक आहे. प्रत्यक्षात तिला पाहिली तर तिच्या चेहऱ्यावरची माशीसुद्धा हलत

नाही. अरे वा, हा फोटो किती सुंदर आहे ना? त्या काळात बायका किती छान हॅट्स घालत.''

प्रिसिलाच्या मनात प्रणयाचे विचार येत असतील का? फोटो पाहण्यात गढलेल्या प्रिसिलाला निरखत हॅमिश विचार करत होता. जॉन बर्लिंग्टनच्या सहवासात ती खूप खुललेली दिसायची.

''तो तुझा मित्र बर्लिंग्टन काय म्हणतोय?'' त्याने विचारलं.

''अं... तो अधून-मधून फोन करतो, पत्रंही लिहितो. तो सध्या खोऱ्याने पैसे ओढतोय.''

''तुला खूप पैसे मिळवणारा माणूस आवडतो?''

''यशस्वी माणसाचं मला कौतुक वाटतं. मला सांग, ट्रिक्सीची केस कुठवर आली आहे?''

''मी अजून अंधारातच तीर मारत बसलोय,'' तो निराशेने उद्गारला.

''संशय घेण्याजोगी बरीच माणसं आहेत, नाही का?'' ती चटकन म्हणाली. ''तिचा तो नवरा पॉल स्वत:ला तो उद्ध्वस्त झाल्यासारखा दाखवतोय, पण ते एक नाटक असू शकेल.''

''आणि तो पार्कर. स्वत: साधा, दुबळा असल्याचं दाखवतोय, पण तोसुद्धा तिला विष पाजू शकतो.''

''शिवाय बिचारा डॉक्टर ब्रॉडी. अलीकडे खूपच दारू प्यायला लागलाय. भरकटल्यासारखा दिसतो. आपल्या बायकोला परग्रहावरच्या एखाद्या प्राण्याने पछाडलंय असं तो म्हणत होता.''

''आर्ची मॅक्लिन किंवा मिसेस मॅक्लिन,'' हॅमिश म्हणाला. ''ट्रिक्सी थॉमसने त्यांच्या संसारात विष कालवलं.''

''आणि इयान गनसुद्धा ह्या यादीत आहे.''

''त्याच्या वटवाघळांमुळे तो चिडला होता.''

''आता सगळी वटवाघळं नाहीशी झाली आहेत. तुझ्या घरी नोकर असायला हवे होते. मला नोकरांकडून खूप बातम्या समजतात. काल रात्री ती पडकी इमारत साफ कोसळली असं इयान गन म्हणत होता म्हणे.''

''म्हणजे हे त्याचंच कृत्य असणार आणि ते सिद्ध करण्यासाठी मला खूप यातायात करावी लागणार,'' हॅमिश म्हणाला. ''पण जमिनीचा एक तुकडा मिळवण्यासाठी तो कुणाचा खून करेल असं वाटत नाही.''

''का नाही? नक्की करू शकतो. गावात तर त्याच्याच नावाची कुजबूज आहे. जमिनीच्या बाबतीत तो फार अधाशी आहे आणि जमिनीची हाव माणसाला कोणत्या थराला नेऊ शकते हे काही मी तुला सांगायला नको.''

"तुझं म्हणणं बरोबर आहे, पण मला वाटतं की गनविषयी वाटणाऱ्या मत्सरातून त्याचं नाव पुढे येतंय. अर्थात त्यांचं म्हणणं खरंही ठरू शकतं म्हणा. संशयित व्यक्तींची यादी खूप मोठी आहे पण असंही होऊ शकतं की खरा खुनी कुणीतरी वेगळाच निघायचा."

"मिसेस केनेडीचा पूर्वोतिहास तपासलाय?"

"नक्कीच तपासला असणार आणि त्यात काही निष्पन्न झालं असतं तर जिमी अँडरसनने मला लगेच सांगितलं असतं."

"आता उरला अँगस मॅक्डोनाल्ड."

"त्याचं काय?"

"तू असा विचार करून बघ," प्रिसिला बोलता बोलता पुढे वाकली आणि फ्रेंच पर्फ्युमचा सुगंध हॅमिशला उत्तेजित करून गेला. "मागच्या निवडणुकीतल्या फसलेल्या अंदाजामुळे त्याला गावात तोंड दाखवायला जागा उरली नव्हती. त्याने स्वत:च त्या व्हिस्कीच्या बाटलीत विष मिसळलेलं असू शकतं."

"आणि त्या आधी ट्रिक्सी थॉमसचा त्याने खून केला असेल? काहीही बोलतेस तू प्रिसिला."

"तो खून करेल यावर विश्वास ठेवणं जरा कठीणच आहे, पण त्याने स्वत:च व्हिस्कीत विष मिसळलं असण्याची मला खूप शक्यता वाटते. हे बघ हॅमिश, भविष्य आणि दिव्य दृष्टी यांवर तुझा तरी विश्वास आहे का?"

"माझा विश्वास आहे. काही ठराविक माणसांना अशा तऱ्हेचे पूर्वसंकेत किंवा पूर्वसूचना मिळतात, पण अर्थात हे काही व्यक्तींच्याच बाबतीत व तेही आयुष्यात एखाद्या वेळीच घडू शकतं. हे सिद्ध करणं फार अवघड आहे. एखादं संकट आल्यावर किंवा जवळच्या माणसाचा मृत्यू झाल्यावर, मला ही गोष्ट होणार हे आधीच समजलं होतं असं सांगणारी माणसं तुझ्याही पाहण्यात आली असतील."

"अरे, कुठे चाललास तू?" हॅमिश अचानक दरवाजाच्या दिशेने वळलेला पाहून प्रिसिलाने विचारलं.

"मी उंदीर मारायच्या औषधाचे कॅन्स शोधायला घरोघरी जातोय. तू ही तुझ्या नोकरांना विचारून ठेव. ही या घराची किल्ली."

हात हलवून तिचा निरोप घेत हॅमिश बाहेर पडला. प्रिसिला खिडकीपाशी गेली व त्याच्या पाठमोऱ्या आकृतीकडे बराच वेळ पाहत राहिली. हॅमिश आपल्या सहवासात आता पूर्वीसारखा रमत नाही ही गोष्ट तिला पुन्हा एकदा जाणवली, त्याचा तिला खेद वाटला.

ब्रॉडीच्या घरापाशी हॅमिशने गाडी पार्क केली.

एंजेला स्वयंपाकघरातल्या टेबलापाशी बसून पुस्तक वाचत होती. एंजेला पुन्हा

वाचनाकडे वळल्याचं पाहून हॅमिशला बरं वाटलं, पण तिच्या हातातलं पुस्तक पाककृतींवरचं आहे हे लक्षात आल्यावर तो निराश झाला.

"तू मिस्टर पटेलच्या दुकानातून उंदीर मारायचं औषध विकत आणलं होतंस का, हे विचारण्यासाठी मी इथे आलोय," हॅमिश म्हणाला.

"नाही, आमच्या घरात कधीच उंदीर नव्हते. एक मिनिट थांब, हां, गेल्यावर्षी उंदराची बारीक पिल्लं सापडली होती. त्यावेळेस मी औषध विकत आणलं होतं."

"तुझ्याकडे अजून ते शिल्लक आहे?"

"माझ्याबरोबर बागेतल्या शेडमध्ये चल, आपण बघूया."

तो तिच्या मागोमाग बागेत आला. शेडमधली जागा अगदी घासून पुसून स्वच्छ ठेवलेली होती. विविध जंतुनाशकांचे कॅन्स ओळीत मांडून ठेवले होते. कुदळ, फावडं, घमेलं वगैरे सामानही पॉलिश केल्यासारखं चमकत होतं.

"मला अभिमान वाटतो," एंजेला म्हणाली. "हे सगळं मी स्वत: कालच धुऊन-पुसून लखलखीत करून ठेवलंय."

हॅमिशने खिशातून रुमाल काढला व उंदराच्या औषधाच्या कॅनचं झाकण, हातात रुमाल धरून उघडलं. निम्मा कॅन मोकळा झाला होता.

"तू खूप वापरलंयस," तो म्हणाला.

"मला उंदीर, उंदरांची पिल्लं यांचा फार तिटकारा आहे. मी कॅनवर लिहिलेल्या सूचना वाचल्या नाहीत. माझ्या अंदाजाप्रमाणे बश्यांमध्ये ओतून, वेगवेगळ्या ठिकाणी दहा-बारा बशा ठेवून दिल्या, पण माझं काम झालं. उंदरांची सगळी पिल्लं मरून पडली. तुला आणखी काही विचारायचंय? मी जरा कामात आहे."

"तू अंत्ययात्रेला जाणार असशीलच," हॅमिश म्हणाला.

"अं... अर्थातच,"

हॅमिशने डोक्यावर कॅप चढवली. "मग तिथे भेटूच."

ट्रिक्सी थॉमसच्या अंत्यविधीसाठी अख्खं गाव लोटलं होतं. मिसेस केनेडी व तिच्या मुलांचं लटांबरही तिथे हजर होतं. मिस्टर वेलिंग्टनने धार्मिक विधी करायला सुरुवात केल्यावर तर स्त्रियांच्या हुंदक्यांमुळे त्याचं बोलणं ऐकू येईनासं झालं. चर्चयार्डात दफन करण्यासाठी शवपेटी बाहेर काढल्यावर तर रडण्याचा आवाज टीपेला पोचला. पॉल थॉमसला दोघांनी दोन्ही बाजूंनी धरलं होतं. तो अगदी कोसळण्याच्या अवस्थेत होता. हॅमिशच्या शेजारी डॉक्टर ब्रॉडी उभा होता. "अंत्यविधी आटोपला की मी त्याला लगेच झोपेची गोळी देऊन निजवतो," तो म्हणाला.

"तुझ्या बायकोकडेही लक्ष दे," हॅमिश म्हणाला. "तिची अवस्थाही पॉलसारखीच आहे."

डॉक्टरचा चेहरा आक्रसला गेला. "मूर्ख, साली," तो संतापाने म्हणाला. ही शिवी त्याने ट्रिक्सी थॉमसला उद्देशून दिली की स्वत:च्या बायकोला, हे हॅमिशला कळेना.

अंत्यविधी आटोपल्यावर सर्वजण पॉलच्या घरी गेले. मिसेस वेलिंग्टनने स्वयंपाकघराचा ताबा घेतला व मटण शिजवण्यास सुरुवात केली. व्हिस्कीचे ग्लास भरण्यात आले, वातावरण हळूहळू हलकंफुलकं होऊ लागलं. कुणीतरी विनोद सांगितला. त्यावर दुसऱ्याने मल्लीनाथी केली आणि लवकरच तिथे पार्टी असल्यासारखं वातावरण तयार झालं.

ट्रिक्सी थॉमसने थडग्यामध्ये चिरनिद्रा घेतल्यावर गावकऱ्यांनी सुटकेचा नि:श्वास सोडला होता.

इयान गनला पाहताच हॅमिश त्याच्याजवळ गेला. "तू इथे येशील असं मला वाटलं नव्हतं," हॅमिश म्हणाला.

"मी कधीही कुणाची अंत्ययात्रा चुकवत नाही," टेबलावर ठेवलेला आणखी एक व्हिस्कीचा ग्लास उचलत गन म्हणाला.

"तुझ्या शेतातलं ते पडकं बांधकाम अचानक कोसळलं म्हणे?" हॅमिश म्हणाला.

"हो. देवाची कृपा! आता पक्षीप्रेमी मंडळींच्या त्रासातून मी मोकळा झालो,"

"पण आता मी तुला त्रास द्यायला सुरुवात करेन," हॅमिश म्हणाला. "मला ते कोसळलेलं बांधकाम नीट तपासावं लागेल आणि तू ते मुद्दामून पाडलेलं नाहीस ना, याची खात्री करून घ्यावी लागेल."

"एखाद्या गरीब शेतकऱ्याला त्रास देत बसण्यापेक्षा त्या खुनाच्या केसमध्ये तू अधिक लक्ष दे ना," इयान चिडून म्हणाला. "आणि तुला माझ्या शेतातल्या तपासात काहीही सापडणार नाही हे पक्कं लक्षात ठेव."

"म्हणजे तू कोणताही पुरावा शिल्लक ठेवलेला दिसत नाहीस," हॅमिश उपहासाने म्हणाला.

ब्लेअर हॅमिशजवळ आला. त्याच्या हातात व्हिस्कीचा ग्लास होता. "मी काय सांगतो त्याच्याकडे लक्ष दे," तो गरजला. "सगळे कॅन्स मिळाले?"

"नाही. माझा शोध सुरू आहे."

"कुठे शोधतोयस तू? हातातल्या ग्लासच्या तळाशी? चल, चल, आधी कामाला लाग."

हॅमिश तिथून बाहेर पडत असताना इयान गन त्याच्याकडे पाहून कुत्सित हसला. हॅमिश मागच्या बाजूला गेला. मिसेस केनेडीची मोठी मुलगी सुझी केकचा एक मोठा तुकडा खात बसली होती.

"दात खराब होतील तुझे," हॅमिश तिला म्हणाला.

"तुला काय करायचंय," ती उद्धटपणे म्हणाली. "नाहीतर चॉकलेट खायला, मला पैसे दे."

"एकही पैसा मिळणार नाही. मिसेस थॉमस असताना गुपचूप शाकाहारी अन्न खायचीस ना?"

"मुळीच नाही. तो नियम फक्त तिच्या नवऱ्यासाठी होता. गिऱ्हाईकांच्या बाबतीत तिला तो धोका पत्करायचा नव्हता असं माझी ममा म्हणत होती. आजूबाजूला कुणी नाही असं पाहून केकचा यथेच्छ समाचार घ्यायची ती. तिच्या आणि तिच्या नवऱ्याच्या बेडरुममध्ये काय होतं माहितीय का तुला?" सुझीच्या चेहऱ्यावर छद्मी भाव होते.

"नाही," असं म्हणत हॅमिश स्वयंपाकघराच्या दारातून पुन्हा पॉलच्या दिवाणखान्यात आला. पार्टी रंगली होती. ब्लेअरला घराबाहेर पडताना त्याने पाहिलं. क्षणभर तो थांबला व मग मोठ्याने ओरडून त्याने सर्वांना शांत बसायला सांगितलं. सर्वांच्या माना त्याच्या दिशेने वळल्या. त्याचं लक्ष प्रिसिलाकडे गेलं. तिने काळा ड्रेस व काळी हॅट घातली होती.

"मी 'डेड ओ' नावाच्या कॅन्सचा शोध घेतोय," हॅमिश म्हणाला. "वर्षभरापूर्वी पटेलने दोन डझन कॅन्स विकले होते. उंदीर मारण्याच्या विषारी औषधाचे ते कॅन्स होते. असे कॅन्स कुणाकडे असतील तर त्यांनी ताबडतोब ते पोलीस स्टेशनमध्ये आणून द्यावेत."

हॅमिशचं बोलणं ऐकून मिसेस वेलिंग्टन संतापली. "अंत्यविधीच्या प्रसंगी तू हा विषय कसा काढू शकतोस?" ती म्हणाली. "काही औचित्य आहे की नाही? पॉलला गोळ्या देऊन झोपवलंय म्हणून बरं झालं. तुझं हे असलं बोलणं ऐकून त्याला काय वाटलं असतं?"

"कोणत्याही परिस्थितीत सर्व कॅन्स मला शोधून काढायचे आहेत," हॅमिश शांतपणे म्हणाला. "लॉचडभमधले सर्वजण इथे उपस्थित आहेत. घरोघर जाण्याचे माझे श्रम त्यामुळे वाचणार आहेत."

हॅमिशच्या आवाहनाला चांगला प्रतिसाद मिळाला. संध्याकाळपर्यंत पोलीस स्टेशनमधे पंधरा कॅन्स जमा झाले होते. प्रत्येक कॅनवर लेबल चिकटवून त्यावर ज्या व्यक्तीने तो कॅन आणून दिला होता, त्याचं नाव त्याने ठळक अक्षरात लिहून ठेवलं होतं.

स्वयंपाकघरातल्या दारापाशी उभं राहून डॉक्टर ब्रॉडीने प्रथम आपल्या बायकोकडे व मग तिने वाढलेल्या जेवणाकडे तुच्छतेने पाहिलं. प्लेटमध्ये फक्त सॅलड व चीज होतं. मी असलं अन्न खाणार नाही असं त्याने अनेकवेळा आपल्या बायकोला बजावून सांगितलं होतं आणि त्यावर भाजलेलं मांस व चिप्ससारखं विषारी अन्न तुला खायला घालून मी माझ्या हाताने तुझ्या तब्येतीची नासाडी करणार नाही असं त्याच्या

बायकोने त्याला ठणकावून सांगितलं होतं. ती आपल्या मतावर ठाम राहिली होती.

त्याला वाटलं की आपण एंजेलाशी नव्हे तर आपल्या घरात घुसलेल्या एका अनोळखी प्राण्याशी बोलत आहोत.

"मला घटस्फोट हवाय." तो म्हणाला.

एंजेला थक्क होऊन त्याच्याकडे पाहत राहिली. "वेडा आहेस का तू? मी हे सगळं तुझ्या भल्यासाठीच करतेय हे तुला समजत नाही? सात्विक आहार, घराची स्वच्छता आणि दारूला प्रतिबंध!"

"तू हे सगळं करतेयस कारण तुलादेखील त्या ट्रिक्सी थॉमससारखीच सर्वांवर हुकमत गाजवायची खुमखुमी आली आहे. तिला कुणीतरी विष घालून ठार मारलं याचा मला खूप आनंद झालाय. मरताना तिला खूप यातना झाल्या असणार. मी पॉलेटला, स्ट्रॅथबेनच्या वकिलाला फोन करून घटस्फोटाची कागदपत्रं तयार करून ठेवायला सांगितलीयत.

एंजेलाचा चेहरा पांढराफटक पडला. "घटस्फोटाचं कारण काय?" तिने जाब विचारला.

"अयशस्वी लग्न. एक गोष्ट बरी झाली. लॉचडभ हॉटेलला आता पुन्हा पूर्वीसारखं जेवणं मिळू लागलंय. गुड नाईट."

डॉक्टर ब्रॉडी हॉटेलच्या दिशेने चालू लागला. झाल्या प्रकाराचं त्याला विशेष काहीच वाटलं नव्हतं. जणू त्याची खरी बायको काही काळापूर्वीच मरण पावली होती आणि तिच्या जागी आलेल्या एका विक्षिप्त स्त्रीला तो आता घटस्फोट देणार होता. अचानक त्याच्या मनात विचार आला की जमिनीत सहा फूट खोल गेल्यावर ट्रिक्सी थॉमस आता काय करत असेल? नक्कीच अस्सल मातीत उगवलेल्या डेझीची फुलं रागाने कुस्करत असेल आणि स्वत:च्या विनोदावर तो एकटाच खदखदून हसू लागला.

"कोणता विनोद आठवला?" हॅमिशने त्याला विचारलं, तोही अंडी घेऊन हॉटेलात जायला निघाला होता.

"चल, आपण आनंद साजरा करूया," डॉक्टर म्हणाला. "मी स्ट्रॅथबेनला फोन करून घटस्फोटाचे कागद तयार करायला सांगितले आहेत."

सात

तुम्हाला हे नक्कीच ठाऊक आहे नाही का? ती पाणकावळीण
घालते अंडी एका कागदाच्या पिशवीतच विजांच्या कडकडाटापासून
वाचवण्यासाठी पण त्या वेंधळ्या पक्ष्यांना काय कल्पना?
अस्वलांच्या भटक्या टोळ्या पळवतात त्या पिशव्या,
त्यांच्या खरकट्या अन्नासाठी.

– *ॲनोनिमस*

"हे बघ," बोलताना हॅमिश अवघडला होता, "मला ठाऊक आहे की तुला खूप मानसिक त्रास झालाय, पण तू थोडा धीर धरू शकत नाहीस का?"

"नाही," डॉक्टर म्हणाला. "मी निर्णय घेतलाय."

"हा मिसेस ब्रॉडीवर अन्याय होतोय असं नाही तुला वाटत? एका गोष्टीचा तू विचार केला आहेस का? कदाचित तिचा मेनोपॉझ सुरू झाला असेल. ह्या काळात स्त्रिया थोड्या विचित्र वागतात म्हणे."

"सगळं बकवास आहे. मेनोपॉझ आला की मानसिक तोल ढळतो असं स्त्रियांना पढवलं गेलंय आणि त्या मग संधीचा गैरफायदा घेतात."

"हे बघ तू स्वत: डॉक्टर आहेस, तेव्हा मी तुला याबाबतीत काय सल्ला देणार? पण अलीकडे वर्तमानपत्रांतून याविषयी बरंच लिखाण प्रसिद्ध झालंय," हॅमिश म्हणाला. "आणि आपल्याकडचे अनेक डॉक्टर्स अत्याधुनिक संशोधनाविषयी विशेष जागारूक नसतात. मिसेस थॉमस ही विक्षिप्त स्त्री होती असं माझंही मत आहे, पण तिचं म्हणणं कधीच चूक नसायचं. धूम्रपान हे आरोग्याला घातक आहेच आणि कोलेस्टरॉल असलेले तेलकट पदार्थही तितकेच घातक..."

"इतक्या वर्षांच्या आयुष्यात मी एक दिवसदेखील आजारी पडलेलो नाही," हॅमिशचं बोलणं मधेच तोडत डॉक्टर म्हणाला. "मला एखाद्या लहान मुलासारखं

वागवलं गेलं हे मात्र मला सहन झालं नाही. प्लेटमधले मटणाचे तुकडे हळूहळू कमी करत सॅलडचं प्रमाण वाढवतं नेलं. एकदा तर तिने मला डँडेलिऑनची कॉफी दिली पण मी ती बेसिनमध्ये ओतून टाकली. हे बघ हॅमिश, तू माझ्या खाजगी बाबतीत ढवळाढवळ करू नकोस. माझा निर्णय पक्का आहे.''

बारमध्ये बसलेल्या सगळ्यांच्या नजरा अचानक टी.व्ही.च्या दिशेने वळल्या. अँगस मॅक्डोनाल्ड आपल्या दिव्य दृष्टीचं रसभरित वर्णन करत होता.

''निवडणुकीचे अंदाज चुकल्यानंतर, त्याच्याकडे पत्रकारांचं लक्ष जाईल असं मला वाटलं नव्हतं,'' हॅमिश म्हणाला.

''पण ह्यावेळेस घडलेला किस्सा जबरदस्त होता,'' डॉक्टर ब्रॉडी म्हणाला. ''सकाळी सगळे पत्रकार आधी हॉटेलपाशी जमले व तिथून ते अँगसच्या घरी गेले, आता तो महिनाभर दारूच्या नशेत चूर असणार.''

टी.व्ही.च्या पडद्यावरची अँगसची प्रतिमा अस्पष्ट होत गेली व त्या जागी मिसेस वेलिंग्टनचा चेहरा दिसू लागला. ''मिसेस थॉमस ही खरी आदर्श पत्नी होती,'' ती सांगत होती. ''आमच्या गावात तिने नवचैतन्य आणलं. गावातल्या कुणाचीच तिच्याशी दुश्मनी नव्हती. गावाबाहेरच्या व्यक्तीने हे अघोरी कृत्य केलंय.''

''माझ्याबरोबर जेवायला बस,'' हातातला ग्लास रिकामा करत डॉक्टर म्हणाला.

हॅमिशने मानेनेच नकार दिला. ''तू तुझ्या बायकोला बरोबर का आणत नाहीस? पूर्वी तिच्याशिवाय तुझं पान हलायचं नाही. तुम्ही दोघांनी एकत्र बसून घटस्फोटासंबंधी नीट चर्चा करायला हवी.''

डॉक्टर ब्रॉडीने उसासा सोडला, ''कदाचित तू म्हणतोस ते बरोबर असेल, मला पुन्हा एकदा नीट विचार करायला हवा.''

हॅमिशने सभोवार एक नजर टाकली. बर्ट हुकला दारू चांगलीच चढलेली दिसत होती. हॅमिश त्याच्यापाशी गेला व हुकच्या गाडीच्या चाव्या त्याने ताब्यात घेतल्या आणि उद्या सकाळी पोलीस स्टेशनवर येऊन चाव्या घेऊन जा असं त्याने त्याला सुनावलं.

तो बाहेर पडला व बंदराच्या बाजूने घरी जाऊ लागला. ट्रिक्सीचा खुनी लवकरात लवकर सापडो व हे गाव पूर्ववत पूर्वस्थितीला येवो अशी तो मनोमन प्रार्थना करत होता. हॅमिशला संथ, शांत आयुष्य जगायला फार आवडत असे. प्रिसिला मात्र त्याला ह्याबाबतीत कधीच समजून घेऊ शकली नव्हती. अर्थात तिची त्यात काहीच चूक नव्हती. स्पर्धेच्या या युगात महत्त्वाकांक्षा नसलेल्या माणसाला काहीही स्थान नव्हतं. सर्वत्र सन्नाटा होता व ढगांमधून पूर्ण वाटोळा चंद्र तरंगत पुढे चालला होता.

''हॅमिश?

हॅमिश जागच्या जागी थांबला व समोर उभ्या असलेल्या व्यक्तीकडे चमकून पाहू लागला. तो स्वत:च्याच विचारांत इतका गढून गेला होता की ती व्यक्ती समोरून येतेय ह्याकडे त्याचं अजिबात लक्ष नव्हतं. तो माणूस स्थूल व ठेंगणा होता. त्याने फ्लॅनलची पँट, लोकरीचं जाडजूड जॅकेट व टाय घातला होता. त्याचा चेहरा तजेलदार दिसत होता.

"गुड इव्हिनिंग," हॅमिश सावधपणे म्हणाला.

"तू मला ओळखलं नाहीस?"

हॅमिशने नकारार्थी मान हलवली.

"अरे, मी. हॅरी. हॅरी ड्रमंड!"

"शक्यच नाही," हॅमिशने त्याला उजेडाच्या दिशेने वळवले व जेव्हा बंदरावरून येणारा प्रकाश त्याच्या चेहऱ्यावर पडला तेव्हा तो चकित होऊन उद्गारला, "अरे हो, तू तर हॅरी ड्रमंड! मी क्षणभर तुला ओळखलंच नाही."

हॅरीला गावातला अट्टल दारुडा म्हणून ओळखलं जाई. स्वत:वर उपचार करून घेण्यासाठी काही महिन्यांपूर्वी तो इन्व्हर्नेसला निघून गेला होता. अंगाला विचित्र वास, विस्कटलेले केस व सुजलेला चेहरा, या अवस्थेत हॅमिशने त्याला शेवटचं पाहिलं होतं.

"तुझ्यात कमालीचा बदल झालाय," हॅमिश म्हणाला. "तू गावात परत राहायला आलास?"

"नाही, मला इन्व्हर्नेसमध्ये गवंड्याची उत्तम नोकरी मिळालीय."

"म्हणजे तू आता बायकोला घेऊन जाण्यासाठी आला आहेस?"

"नाही रे हॅमिश. तिला माझ्यापासून घटस्फोट हवाय."

हॅमिश थक्क होऊन त्याच्याकडे पाहतच राहिला. आजपर्यंत फिलीस ड्रमंड ही कायम आपल्या नवऱ्याच्या बाजूने उभी राहिली होती. हॅरी कायम कफल्लक असायचा. ती लोकांच्या घरी साफसफाईची कामं करून पैसा मिळवायची, काटकसरीने संसार करायची व प्रसंगी नवऱ्याची मारहाणही सहन करायची, पण, तिने नवऱ्याच्या विरोधात कधी ब्र देखील काढला नव्हता. तिची पतिनिष्ठा हा गावात नेहमीच चर्चेचा विषय असायचा.

"पण का?" हॅमिशने विचारलं. "अख्खं लॉचडभ गावच घटस्फोट घ्यायला निघालंय की काय? तुझ्याकडे पाहून तिला आनंद व्हायला हवा होता. तुझी तब्येत सुधारलीय. तुला आता चांगल्या पगाराची नोकरी मिळालीये."

"नाही, उलट मला पाहून ती खवळली. म्हणाली, मी यापुढे तुला सहन करू शकणार नाही. म्हणे मी दारू प्यायचो तेव्हा चांगला वागायचो. ह्या बायकांचा काही भरवसा नाही! मी तिचं मन वळवण्याचा प्रयत्न करतोय पण ती ऐकायला तयारच नाही."

डॉक्टर ब्रॉडीचा आवाज ऐकून दोघेही गर्रकन मागे वळले. ''ती निघून गेलीय,'' डॉक्टर धापा टाकत म्हणाला. ''एंजेला घर सोडून गेलीय.''

''अरे, ती चर्चमध्ये गेली असणार. तिची कसली तरी मिटिंग होती ना,'' हॅमिश त्याला धीर देत म्हणाला.

''नाही, मी तुला सांगतो, ती पळून गेलीय. स्वयंपाकघर अस्ताव्यस्त झालंय.''

''मी फोन करून पोलिसांची कुमक मागवून घेतो आणि स्वत: तिला शोधायला बाहेर पडतो.'' हॅमिश म्हणाला. ''हॅरी, तू गावात जाऊन मिळतील तितक्या लोकांना घेऊन ये.''

धावत पोलीस स्टेशनवर जाऊन त्याने स्ट्रॅथबेनला फोन लावला, मग टाऊझरला घेऊन तो लँडरोव्हरमधे चढला व त्याने गाडी सुरू केली. ढगांमागे चंद्र झाकला गेल्याने किट्ट अंधार पसरला होता. तिला शोधायला कुठून सुरुवात करायची? तलावाजवळ? माळरानावर? की समुद्रकिनाऱ्यापाशी?

रात्रभर न थकता तो तिला शोधत राहिला. स्ट्रॅथबेनवरून आलेले पोलीस तलावाजवळच्या जंगलात तपास घेत होते, तर सर्व गावकऱ्यांनी माळरान पिंजून काढलं होतं. पोलिस हेलिकॉप्टर आकाशात घिरट्या घालत होतं. दुसऱ्या दिवशी सूर्यप्रकाश असला तरी हवा दमट व ओलसर होती.

हॅमिशने अखेर गाडी थांबवली व काचेतून बाहेर पाहत तो विचारात गढून गेला. एंजेला ब्रॉडीच्या मनात जर आत्महत्येचा विचार आला असला तर तिला कुठे जावंस वाटलं असेल? मनाच्या उद्विग्न अवस्थेत, नवऱ्यापासून जास्तीत जास्त दूर राहण्यासाठी ती कुठे निघून गेली असेल? त्याची नजर वर गेली. डोंगराचे दोन उंच सुळके वर आले होते, 'दोन बहिणी' या नावाने ते प्रसिद्ध होते. झोपलेल्या टाऊझरला गाडीतच ठेवून त्याने डोंगर चढायला सुरुवात केली.

वाढलेल्या झुडुपांमधून तो वर जाऊ लागला. त्याने अंगातलं जॅकेट काढून एका खडकाला अडकवलं व त्यावर हॅट ठेवून दिली. शर्टाच्या बाह्या वर गुंडाळून तो पुन्हा चढू लागला. त्याला आठवलं, मागे एकदा प्रिसिलाशी भांडण झाल्याने तो आपलं मन शांत करण्यासाठी ह्याच डोंगरावरच्या एका उंच खडकावर बराच वेळ बसून राहिला होता. एंजेलानेही हाच मार्ग निवडला असेल का? तशी शक्यता फारच पुसट होती. सरळ उभा चढ असल्यामुळे हॅमिश घामेजून गेला होता. तासभर वर चढल्यानंतर त्याला तो ओळखीचा खडक दिसला पण तिथे कुणीच नसल्याचं पाहून तो फारच निराश झाला. थकून तो त्या खडकावर बसला. त्याने वाकून खाली पाहिलं. माळरानावर शोध घेत असणाऱ्या पोलिसांच्या छोट्या आकृती त्याला दिसल्या. तो इतका थकला होता की तिथेच पाय लांब

करून झोपून जावंसं त्याला वाटलं, पण ह्या डोंगरात, तलावाजवळच्या जंगलात किंवा माळरानावर लपून बसलेल्या एंजेला ब्रॉडीला हुडकून काढल्याशिवाय तो स्वस्थ बसू शकत नव्हता.

आणि अचानक त्याला दूर काहीतरी हालचाल दिसली. तीस-चाळीस फूट खोल एका निमुळत्या कड्यावर एक छोटीशी आकृती लटपटत चालत होती. तो धावत सुटला. उतारामुळे त्याला तोल सावरणं अवघड जात होतं, पण झुडुपांना घट्ट पकडत तो घसरत खाली जाऊ लागला. अखेर तो थांबला. त्याला चांगलीच धाप लागली होती. तो सभोवार पाहू लागला. ती आकृती अजूनही काही फूट खाली होती व दारू प्यायलेल्या माणसाप्रमाणे झोकांड्या देत चालत होती.

लांब ढांगा टाकत तो तिच्याजवळ पोहोचला व ती आकृती म्हणजे एंजेला ब्रॉडीच आहे, हे लक्षात येताच त्याने समाधानाचा नि:श्वास सोडला. चक्क तिच्या अंगावर झेपावत, त्याने तिला घट्ट पकडून मागे खेचलं.

त्याने तिला खाली बसवलं व तिच्याकडे निरखून पाहिलं. रडून रडून तिचा चेहरा सुजला होता.

"चल माझ्याबरोबर," तो हळुवारपणे म्हणाला. "फारच वाईट अवस्था करून घेतली आहेस."

"मी नाही परत येऊ शकत," ती उदासपणे म्हणाली.

"आपल्या सर्वांनाच कधी ना कधी असं परत फिरावंच लागतं," तो म्हणाला. "चल, ये. माझ्या गाडीत ब्रँडीची बाटली आहे."

त्याने तिला उभं केलं. तिने झटका देत स्वत:ला त्याच्यापासून सोडवण्याचा प्रयत्न केला, पण अंगात त्राण नसल्याने ती त्याच्याच पायावर कोसळली. मग त्याने तिला उचलून घेतलं व आपल्या गाडीत आणून निजवलं. जबरदस्तीने तिला थोडी ब्रँडी प्यायला लावली. झोपेतून जाग आल्यासारखे तिने डोळे उघडले व ती धडपडत उठून बसली.

"आता तू थोडी बरी वाटतेयस," तो म्हणाला. "थोड्याच वेळात आपण घरी पोहोचू."

"मला नाही घरी जायचं," ती म्हणाली. तिच्या डोळ्यांतून घळघळा अश्रू वाहू लागले. त्याने खिशातून रुमाल काढून तिच्या हातात दिला.

त्याने तिला जवळ घेऊन थोपटलं. "रडू नकोस. काय झालं ते मला नीट सांग."

"जॉनला घटस्फोट हवाय."

"असं तो रागाच्या भरात म्हणाला असेल. पुरुष संतापाच्या भरात काहीही बोलून जातात."

"नाही, त्याला खरंच घटस्फोट हवाय. तो उगाचच कधी काही बोलत नाही."

"पूर्वी नसेल असं बोललेला, पण तू ही त्याच्या सहनशक्तीचा अगदी अंत पाहिलास. त्याला तुझ्यापासून घटस्फोट नकोय, ट्रिक्सीपासून हवाय. तो तुझ्याबरोबर राहत नव्हता, ट्रिक्सीबरोबर राहत होता. तू तर हुबेहुब तिच्यासारखी दिसायला लागली होतीस."

गरम हवेतही ती कुडकुडली. "मला सगळं आयुष्य निरर्थक, रिकामं वाटू लागलंय." ती हुंदके देत म्हणाली.

"रिकामं वाटत असेल तर ते चांगलं चिन्ह आहे. डोक्यावरचं भूत उतरल्यावर माणसाला असंच रितं रितं वाटू लागतं." प्रिसिलाला डोळ्यासमोर आणत हॅमिश म्हणाला.

"हे बघ, ट्रिक्सी विलक्षण स्त्री होती. तिच्यापाशी सर्व प्रश्नांची उत्तरं होती." एंजेला जड आवाजात म्हणाली. "इतकी वर्ष माझं आयुष्य वाया चाललं होतं. मी ग्लासगोला जायचे, एडिंबर्गला किंवा इन्व्हर्नेसला. सगळी लोकं मला विचारायची, तू काय करतेस? मी उत्तर द्यायचे की घर सांभाळते आणि त्यावर ते म्हणायचे, बस्स? फक्त एवढंच करतेस? पण ट्रिक्सीने मला सांगितलं की घर व्यवस्थित सांभाळणं आणि उत्तम संसार करणं ही एक महान कला आहे. हे काम योग्य रीतीने केलं तर मनाला अद्‌भुत समाधान मिळतं. मला हळूहळू माझ्या कामातून, तिने नेमलेल्या समितीच्या कामातून पूर्वी कधीच न अनुभवलेला आनंद मिळू लागला. तिने माझी पाठ थोपटली. यापूर्वी कुणीच माझं कौतुक केलं नव्हतं. तिने मला सांगितलं की सिगरेटी ओढून, स्वस्तातली दारू पिऊन आणि तेलकट पदार्थ खाऊन, जॉन स्वतःचा नाश करून घेतोय. माझं– माझं जॉनवर खूप प्रेम आहे."

"पूर्वी तू जशी होतीस, तशीच तू त्याला आवडायचीस," हॅमिश म्हणाला. "चल, माझ्याबरोबर परत चल."

"मी नाही येऊ शकत," अंग आक्रसत ती म्हणाली.

हॅमिशने तिच्याकडे निरखून पाहिलं. तिच्या डोळ्यांत त्याला कसली तरी वेगळीच भीती दिसली.

"तुला वाटतं तुझ्या नवऱ्यानेच ट्रिक्सीचा खून केला असेल?" त्याने तिला थेट विचारलं.

ती एकदम स्तब्ध होऊन गेली.

"हे बघ, मलाही तिचा खून करावासा वाटला होता," तो म्हणाला. "पण म्हणून काही मी तो केला नाही."

"तरीसुद्धा प्रत्येक माणूस त्याच्या प्रिय गोष्टीचा खून करतो," एंजेलाने

उदासपणे एक प्रसिद्ध अवतरण उद्धृत केलं.

त्याने विचित्रपणे तिच्याकडे पाहिलं. "तुझी अवस्था फारच वाईट आहे. लवकरात लवकर घरी जाऊन तू विश्रांती घ्यायला हवीस."

"पण आज रात्री पक्षीप्रेमी मंडळाची बैठक आहे, लॉर्ड ग्लेनबॅडर, ॲन्स्टेच्या ड्यूकचा मुलगा तिथे काही दुर्मीळ पक्षी घेऊन येणार आहे."

"ते काम तू माझ्यावर सोपव."

हॅमिशने तिला पुढच्या सीटवर नीट बसवलं. टाऊझर उडी मारून मागच्या सीटवर बसला. हॅमिशने धावत जाऊन खडकावर ठेवलेली आपली कॅप व जॅकेट आणलं. मग गाडीत ठेवलेलं खास पिस्तुल बाहेर काढून त्याने हवेत एक गोळी झाडली. गोळीचा झगझगीत हिरवा प्रकाश डोंगर दऱ्यांतून खाली तपास करणाऱ्या पोलिसांना दिसला. एंजेला ब्रॉडी सापडल्याचा संदेश त्याने पाठवला होता.

मिसेस वेलिंग्टन आणि गावातल्या दोन बायका ब्रॉडीच्या स्वयंपाकघरातला पसारा आवरत होत्या. कपबशा व ग्लासांचे तुकडे खोलीभर विखुरलेले होते. फरशीवर पीठ, कॉफीची पावडर, फुटलेल्या बाटलीतला जॅम पसरलेला होता.

हॅमिशने त्यांना मदत केली. एका खोक्यात सगळ्या काचा भरून गाडीतून त्याने तो खोका गावातल्या कचऱ्याच्या मोठ्या पेटीत नेऊन टाकला. तो परतला तेव्हा मिसेस वेलिंग्टन एका छोट्याशा खोक्यातून नवे कोरे कप काढून ओट्यावर ठेवत होती. "बिचाऱ्या मिसेस ब्रॉडीने चहा प्यायला एकदेखील कप शिल्लक ठेवला नाही," ती म्हणाली. "चर्चमधून मी हे कप घेऊन आले. मिस्टर मॅक्बेथ, ही किटली स्टोव्हवर ठेव जरा. आपण चहा तरी पिऊया."

"तिने फक्त स्वयंपाकघरातच नासधूस केली आहे ना?" हॅमिशने विचारलं.

"नाही, इकडे ये. बाहेरच्या खोलीची अवस्था बघ."

हॅमिश तिच्या मागोमाग बाहेरच्या खोलीत गेला. शेकोटीवरच्या आरशाचा चक्काचूर झाला होता.

"आरशातदेखील ती स्वत:ला बघू शकत नव्हती," तो उदासपणे म्हणाला.

"चल,चल," मिसेस वेलिंग्टन म्हणाली. तिला मानसशास्त्राचा तिटकारा होता. "ती खूप प्यायलेली असणार."

डॉक्टर ब्रॉडी जिना उतरून खाली आला. "ती कशी आहे आता?" हॅमिशने त्याला विचारलं.

"झोपलीय," डॉक्टरच्या आवाजात थकवा जाणवत होता. "ही दुर्दशा कधी संपणार कोण जाणे!"

"तिला जाग येईल तेव्हा तिच्याशी जरा प्रेमाने वाग," हॅमिशने त्याला बजावलं. "जर तेव्हाही ती मानसिक धक्क्यातून बाहेर पडलेली नसेल, तर स्ट्रॅथबेनमधल्या एखाद्या चांगल्या मानसोपचारतज्ज्ञाला तिला दाखव."

"माझा त्या मानसशास्त्राच्या थोतांडावर विश्वास नाही. प्रत्येकाने जर स्वतःचा तोल सांभाळला आणि आयुष्य आनंदात घालवलं या फालतू मानसोपचारतज्ज्ञांना कोणी विचारणारही नाही."

"गावातल्या लोकांचं दुर्भाग्य म्हणून तुझ्यासारखा डॉक्टर त्यांच्या वाट्याला आला." हॅमिश म्हणाला. "नशीब मी अजूनपर्यंत कधी आजारी पडलो नाही. पडलो असतो तर तू मला कोणतं औषध दिलं असतंस? सरड्याचा डोळा?"

"डॉक्टरवर ओरडू नकोस," मिसेस वेलिंग्टनने त्याला झापलं. "तुला काही भावनाच नाहीत का रे?"

हॅमिश वैतागून बाहेर पडला. आपली गाडी त्याने पोलीस स्टेशनच्या दिशेने वळवली. त्याला प्रचंड झोप येत होती पण पोलीस स्टेशनबाहेर जमलेले पत्रकार त्याला दिसले. ते ब्लेअरची मुलाखत घेत होते.

मनातल्या मनात शिव्या देत त्याने गाडीचा वेग वाढवला. ब्लेअरने त्याला पाहिलं व त्याला जोरजोरात हाका मारल्या, पण हॅमिशने त्याच्याकडे चक्क दुर्लक्ष केलं. गाडी चालवत तो थेट टॉमेल कॅसलच्या फाटकापाशी आला. "कर्नल घरी आहे?" गाडीची काच खाली करून त्याने दारवानाला विचारले.

"नाही," दारवान म्हणाला. "कर्नल व त्याची बायको इन्व्हर्नेसला गेलेत."

"छान," हॅमिश म्हणाला व त्याने गाडी आत नेली.

दरवाजाबाहेर जेनकिन्स उभा होता. एरवी त्याने प्रिसिला घरी नाही अशी थाप ठोकली असती पण मागच्या खेपेस हॅमिशशी खोटं बोलल्याबद्दल प्रिसिलाने त्याला असं काही फैलावर घेतलं होतं की, ह्यावेळेस त्याला तोंड उघडण्याचंच धैर्य झालं नाही. तोपर्यंत प्रिसिला धावत जिना उतरून खाली आली होती. "तुझा चेहरा किती विचित्र दिसतोय." ती म्हणाली, "काय झालंय तुला?"

"एंजेला ब्रॉडीने जीव हैराण केला माझा," जांभई देत हॅमिश म्हणाला. "डोकं फिरलं होतं तिचं पण आता घरी आणून झोपवलंय तिला."

"अरे वा, सापडली वाटतं तुला. ती गायब झाल्याचं मी ऐकलं होतं. कशी आहे आता?"

"शारीरिकदृष्ट्या उत्तम आहे. झोपून उठल्यावर मनसुद्धा ताळ्यावर येईल अशी आशा आहे. प्रिसिला, मला खूप झोप येतेय आणि ब्लेअर पोलीस स्टेशनमध्ये येऊन बसलाय. एखाद्या खोलीत तासभर माझी झोपण्याची व्यवस्था करू शकशील का?"

''नक्की. वरती असलेल्या पाहुण्यांच्या खोलीत तू झोपू शकतोस. टाऊझर कुठेय?''

''गाडीत.''

''तू इथेच थांब. मी त्याला घेऊन येते.''

थोड्याच वेळात टाऊझर उड्या मारत तिच्याबरोबर आला. ती दोघांना घेऊन वरच्या खोलीत गेली.

''हॅमिश, कोपऱ्यात बाथरूम आहे आणि आतल्या छोट्या कपाटात दाढीचं सामान, टॉवेल, सगळं काही आहे. जॉन येणार होता. आता त्याच्याकडे स्वत:चं हेलिकॉप्टर आहे, पण अचानक त्याने बेत रद्द केला. तू शर्ट आणि आतले कपडे दरवाजाच्या बाहेर ठेव. मी कपडे धुवून ठेवते. तू कधी उठशील?''

''दोन तासांनी,'' हॅमिश म्हणाला. ''आणखी एक गोष्ट करशील माझ्यासाठी? आज रात्री ती पक्षीपालन समितीची बैठक आहे. लॉर्ड ग्लेनबॅडर भाषण देणार आहे.''

''हॅमिश, कधी कधी मला तुझ्या वागण्याचं आश्चर्य वाटतं. तो माणूस बनेल आहे हे तुला ठाऊक नाही का?''

''माहीती आहे. पण मिसेस ब्रॉडीला मी कबूल केलंय की तिच्यावतीने बैठकीची जबाबदारी मी घेईन, पण मला वाटतंय की बैठकीला चिटपाखरूदेखील फिरकणार नाही. तू जरा काही लोकांना गोळा करून तिथे ये.''

''ठीक आहे. तू झोप आता.''

खोलीचा दरवाजा बंद करून ती बाहेर पडली. हॅमिशने तिच्या म्हणण्याप्रमाणे शर्ट आणि आतले कपडे दरवाजाबाहेर ठेवून दिले. टाऊझर उडी मारून पलंगावर चढला.

''खाली उतर आधी,'' हॅमिश अर्धवट झोपेत ओरडला पण टाऊझरवर त्याचा काही परिणाम झाला नाही. पाय लांब करून तो तिथेच पडून राहिला.

दोन तासांनंतर धुतलेले कपडे घेऊन प्रिसिला आत आली. हॅमिश गाढ झोपला होता. टाऊझरने हळूच एका डोळा उघडला व तिच्याकडे पाहत शेपूट हलवली.

हॅमिशने कमरेभोवती चादर गुंडाळलेली होती पण त्याची छाती व दंड उघडेच होते. त्याच्या त्या पिळदार देहाकडे प्रिसिला पाहतच राहिली. त्याचे मानेवरून खाली रुळणारे तांबडे केस पांढऱ्या उशीवर भलतेच उठून दिसत होते. गाढ झोपलेला हॅमिश तिला तरुण व निरागस वाटला.

त्याने अचानक डोळे उघडले व थेट तिच्या डोळ्यांत एकटक पाहू लागला. त्याच्या नजरेत एक निर्भेळ आनंद उमटला होता पण पुढच्याच क्षणी एखादा

दिवा हळूहळू विझत जावा तशी त्याच्या नजरेतली आनंदाची छटा निस्तेज होत गेली.

"दोन तास झालेसुद्धा?" तो कुरकुरला. "माझी तर अख्खा दिवस झोपायची तयारी होती."

"हे घे तुझे कपडे," प्रिसिला झटकन म्हणाली. "आणि रात्रीच्या बैठकीसाठी मी काही जणांना तयार केलंय. तयार झालास की खाली ये. आपण चहा पिऊ."

जेनकिन्सच्या नशिबात मात्र आजचा दिवस अगदी काळाकुट्ट ठरला, हॅमिशसारख्या माणसाला चहा पाजावा लागणं, हा त्याचा घोर अपमान होता.

हॅमिश जेव्हा पोलीस स्टेशनवर पोहोचला तेव्हा डिटेक्टिव्ह जिमी अँडरसन त्याची वाट बघत तिथे बसला होता.

"आलास का?" अँडरसन म्हणाला. "तुझी खरडपट्टी काढण्यासाठी ब्लेअरने मला इथे पाठवलंय."

"तू तर पोलीस स्टेशनला आपलं घरच बनवून टाकलंयस," हॅमिश म्हणाला. अँडरसन टेबलावर पाय टाकून बसला होता आणि त्याच्या हातात व्हिस्कीचा ग्लास होता.

"ठीक आहे रे. हे बघ, मी काय सांगतो ते ऐक. तू त्या डॉक्टरच्या बायकोला शोधून काढल्यामुळे ब्लेअरची चिडचिड झाली होती, पण तेवढ्यात तपास कसा चाललाय हे बघायला अचानक डेव्हियट येऊन थडकला. आपल्या अक्कलहुशारीमुळे मिसेस ब्रॉडी सापडली अशी ब्लेअरने त्याच्यासमोर फुशारकी मारली. तितक्यात माझा मित्र आणि सहकारी मॅक्नॅबने त्याला चीफसमोरच तोंडघशी पाडलं. 'पण मिसेस ब्रॉडीला तर मॅक्बेथने शोधून काढलं. तो स्वत:च तिला डोंगरावरून खाली घेऊन आला. आपण तर सगळे चुकीच्या दिशेलाच तिचा शोध घेत होतो.' असं मॅक्नॅबने सांगताच ब्लेअरचा चेहराच पडला. दुसऱ्याचं श्रेय उपटायचा प्रयत्न करू नकोस असं डेव्हियटने त्याला सुनावलं. त्यावर 'आपण फक्त काय घडलं तेवढंच सांगत होतो व आपणच हॅमिशला डोंगरावर जाऊन शोधायला सांगितलं होतं' असं ब्लेअर म्हणाला. मॅक्नॅबने त्याला पुन्हा खोटं पाडलं. 'मॅक्बेथला मी पाहिलेलंच नाही असं तूच नव्हता का म्हणालास?' मॅक्नॅबच्या त्या प्रश्नाने ब्लेअरचं सारं पितळंच उघडं पडलं. मला ब्लेअरचा चेहरा बघवेना. मी लगेच तिथून बाहेर पडलो, पण मॅक्नॅबला त्याच्या चोंबडेगिरीचे परिणाम नक्कीच भोगावे लागणार. ब्लेअर त्याला आता सोडणार नाही. त्यानंतर ब्लेअर पुन्हा पार्करकडे गेलाय. पार्करला पुरता पिळून काढल्याशिवाय त्याचं समाधान होणार नाही."

"कर्नल हालबर्टन-स्मिथची जबानी कशी झाली?" हॅमिशने विचारलं.

"कसला चिडका आणि तापट माणूस आहे तो," अँडरसन म्हणाला.

“तुम्ही खुन्याचा तपास करा ना. माझा वेळ कशाला फुकट घालवताय? जेव्हा आम्ही त्याला विचारलं की मिसेस थॉमसने मिसेस हॅगर्टीच्या घरातून कोणत्या वस्तू नेल्या? तर त्यावर चिनी मातीची भांडी व थोडसं फर्निचर एवढंच त्रोटक उत्तर त्याने दिलं. त्याच्या मते मिसेस थॉमस ही अतिशय चांगल्या स्वभावाची व शुद्ध चारित्र्याची स्त्री होती. दिसायला आकर्षक होती का रे ती?”

“तसं नाही म्हणता येणार,” हॅमिश म्हणाला. “पण तिचं व्यक्तिमत्व आक्रमक होतं. अशा व्यक्तीच्या एकतर तू प्रेमात पडतोस किंवा तिचा तिटकारा करू लागतोस.”

“चल, मला निघायला हवं,” अँडरसन म्हणाला. “ब्लेअरच्या आज्ञेप्रमाणे मी तुला झापलेलं आहे, समजलं ना? तू आता काय करणार आहेस?”

“पॉल थॉमसला भेटायचा मी विचार करतोय,” हॅमिश म्हणाला. “मला तो माणूस आवडलाय. बायकोच्या मृत्यूच्या दुःखातून बाहेर पडल्यावर तो इथेच कायमचा स्थायिक होईल असा माझा अंदाज आहे.”

पॉल थॉमस आपल्या घराच्या मागे पडलेल्या एका झाडाची लाकडं तोडण्यात मग्न झाला होता.

“बरं वाटतंय आता?” हॅमिशने विचारलं.

“मन अजूनही सुन्नच आहे,” पॉल म्हणाला. “पण काम करत बसण्याचा मात्र नक्कीच फायदा होतो. मिसेस केनेडी आणि तिची वाह्यात मुलं इथून कधी एकदा निघून जातात असं मला झालंय. ट्रिक्सीने मात्र त्यांना सहन केलं होतं. धंद्याचा जम बसेपर्यंत आपण येणाऱ्या प्रत्येक गिऱ्हाईकाचं स्वागत केलं पाहिजे असं तिचं म्हणणं होतं. मिसेस केनेडी अख्खा दिवस भुणभुण करत असते. केवळ मी तिच्याकडून भाडं घेत नाही म्हणून ती अजून इथे थांबलीये. पण जर मी तिच्याकडून भाडं घेतलं असतं तर त्यांच्या जेवणाखाण्याची व्यवस्था मला करावी लागली असती.”

“ट्रिक्सीचा तो पूर्वाश्रमीचा नवरा होता हे कळूनही तुझं पार्करशी कसं जमतं?”

“अरे, आमची तर चांगली दोस्ती जमलीय. खरं सांगायचं तर सध्या मला त्याचाच मोठा आधार वाटतो. ट्रिक्सीविषयी मला खूप बोलावंसं वाटतं आणि माझं सगळं बोलणं तो अगदी शांतपणे ऐकून घेतो.”

“मिसेस ब्रॉडी सापडल्याचं तुला समजलं?”

“हो. ती बातमी तर गावभर पसरलीय.”

“आज रात्री मी पक्षी निरीक्षण मंडळाची सभा घेणार आहे. यायचंय तुला?”

“छे. छे. मी आपला इथेच थांबून माझं काम करतो. खरी गोष्ट ही आहे की मला पक्ष्यांबद्दल काहीही माहिती नाही.”

त्या संध्याकाळी जेव्हा लॉर्ड ग्लेनबॅडरने भाषण देण्यास सुरुवात केली तेव्हा त्या सभेला पॉलने यायला हवं होतं असं हॅमिशला प्रकर्षाने वाटून गेलं. पॉलला आपल्याच सारखा आणखी एक अज्ञानी साथीदार मिळाला असता. कारण लॉर्ड ग्लेनबॅडरलाही पक्ष्यांबद्दल काहीही माहिती दिसत नव्हती. तो चिक्कार प्यायलेला होता. पक्ष्यांच्या रंगीत स्लाइड्सच्या ऐवजी त्याने नुकत्याच दिलेल्या भारतभेटीच्या प्रवासातील छायाचित्रं प्रेक्षकांना पाहायला मिळत होती. परंतु डोळे बंद करून तो बोलत असल्यामुळे त्याच्या ते ध्यानातच आलं नव्हतं.

“आणि आता हे पाहा,” स्विच दाबत तो म्हणाला, “हे प्रचंड आकाराचं अत्यंत दुर्मीळ वटवाघूळ आहे.”

प्रेक्षकांना मात्र वटवाघळाच्या जागी हत्तीवर बसलेला लॉर्ड ग्लेनबॅडर दिसला.

“चुकीची स्लाईड,” हॅमिश म्हणाला.

लॉर्डने मोठ्या मुश्किलीने आपले जड झालेले डोळे उघडले. “असं? मग मित्रा, जरा तूच मला वटवाघळाची स्लाईड्स शोधून देशील का?”

टेबलावर पडलेल्या स्लाईडच्या मोठ्या ढिगाऱ्याकडे हॅमिशने हताशपणे पाहिलं.

“अख्खी रात्र मला ती स्लाईड शोधत बसावी लागेल,” तो म्हणाला.

“मग उगाचच मधे मधे बोलू नकोस,” पापण्या पुन्हा मिटत लॉर्ड ग्लेनबॅडर म्हणाला. “आणि हा प्रसिद्ध मार्टिन पक्षी.” तो अस्पष्ट उच्चारत म्हणाला. पडद्यावर एका भारतीय भिकाऱ्याचं छायाचित्र उमटलं.

कॉफीचं मोठं भांडं घेऊन प्रिसिलाने प्रवेश केला व एका कपात कॉफी ओतून लॉर्डच्यासमोर तो कप ठेवला. “थँक्स,” तो म्हणाला. “आणि हे विविध प्रकारचे अनेक छोटे छोटे पक्षी.” त्याची नजर प्रिसिलाच्या खोल गळ्याच्या ब्लाऊजकडे गेली व ते सहन न होऊन हॅमिश जोरात खाकरला. पण ह्याखेपेस स्लाईडवर खरोखरच छोटे पक्षी दिसू लागले. त्यानंतर हा खेळ बराच वेळ तसाच चालू राहिला. प्रेक्षक पार कंटाळून गेले.

शंभर स्लाईड्स दाखवून झाल्यावर लॉर्ड ग्लेनबॅडरचे डोळे पुन्हा उघडले गेले. “मलाही आता कंटाळा आलाय.” तो म्हणाला. “खरं म्हणजे मला व्हिस्की हवी होती.”

“ह्या प्लॅस्टिकच्या बॅगा कसल्या आहेत?” प्रिसिलाने विचारलं.

“त्या होय? त्यामध्ये भुस्सा भरलेले व्हिक्टोरियन काळातील पक्षी नीट जपून ठेवलेले आहेत. माझ्या आजोबांना तो छंद होता. कोणीही बॅगमधून पक्षी

बाहेर काढू नका. फक्त बॅगमध्ये डोकावून बघा. पक्ष्यांना हात लावला तर तुमच्या हाताला आर्सेनिक लागेल.''

''आर्सेनिक? ते तर जहरी विष आहे.'' हॅमिश ताडकन म्हणाला.

''मुंग्या व ढेकणांपासून बचाव करण्याची ती व्हिक्टोरियन पद्धत होती,'' लॉर्ड ग्लेनबॅडर म्हणाला. ''आपल्या आजच्या डीडीटी सारखं. दहा वर्षांपूर्वी आमच्या ज्या नोकराने हे सर्व पक्षी बॅगेत नीट भरून ठेवले, त्याला नंतर छातीत कफ झाला. त्याचे डोळे चुरचरू लागले व मग सर्व शरीरात डंख मारल्यासारख्या वेदना त्याला होऊ लागल्या, डॉक्टर ब्रॉडीने त्याचं 'थंडीताप' असं निदान केलं. ते न पटल्यामुळे आम्ही त्याला स्ट्रॅथबेनच्या हॉस्पिटलमध्ये नेलं, तेव्हा पक्ष्यांना हाताळल्यामुळे त्याला आर्सेनिक बाधलं आहे, असं आमच्या लक्षात आलं. ब्रॉडी अगदी मूर्ख आहे.''

जमलेल्या प्रेक्षकांनी आज्ञाधारकपणे बॅगांमध्ये फक्त डोकावून आतले पक्षी पाहिले. प्रिसिलाने मोठ्या पिशवीतून चहाची किटली व केक्स बाहेर काढल्यावर मात्र लोकांमध्ये उत्साह संचारला. ''एवढं तर मला करायलाच हवं होतं.'' प्रिसिला हॅमिशच्या कानात कुजबुजली. ''एरवी रॉडनी ग्लेनबॅडरच्या वाऱ्यालाही कुणी उभं राहत नाही.''

लॉर्ड ग्लेनबॅडरची चिडचिड हळूहळू वाढू लागली होती. फक्त चहा-कॉफीवर त्याचं समाधान होणारं नव्हतं. त्याला व्हिस्की हवी होती. शिवाय भाषण दिल्याबद्दल आपल्याला काहीच मानधन मिळणार नाही हे समजताच तो संतापला. दिलेल्या सेवेचा मोबदला न मिळणं हा ब्रिटिश राजघराण्यातील व्यक्तीच्या दृष्टीने घोर अपमान असतो. तो ताडकन उठला व एका मोठ्या पोत्यात भराभर सर्व पक्षी भरून पाय आपटत हॉलच्या बाहेर पडला.

''हॅमिश, मला कपभर चहा तरी दे,'' प्रिसिला म्हणाली. ''तू एवढा कशात हरवून गेला आहेस?''

''ग्लेनबॅडरनी उल्लेख केलेल्या आर्सेनिकच्या विचारात!,'' हॅमिश म्हणाला व किटलीतून तो प्रिसिलासाठी एका मोठ्या कपात चहा ओतू लागला.

इतक्यात तिथे पोलीस सुपरिंटेंडंट मिस्टर डेव्हियट येऊन पोहोचला. ''मी स्ट्रॅथबेनला परत चाललोय,'' तो हॅमिशला म्हणाला. ''मिसेस ब्रॉडीला शोधून सुखरूप घरी आणल्याबद्दल तुझं अभिनंदन.''

''माझं नशीब चांगलं म्हणून त्या मला सापडल्या,'' हॅमिश म्हणाला.

त्यावर डेव्हियट उत्तरला की, ''तुझ्यासारख्या लायक माणसांची स्ट्रॅथबेनमध्ये नितांत आवश्यकता आहे.''

बोलण्यासाठी हॅमिशने तोंड उघडलं, पण त्याआधीच प्रिसिला म्हणाली,

“मिस्टर डेव्हियट, हॅमिश मॅक्बेथइतका चांगला माणूस तुम्हाला कुठेच मिळणार नाही. कुठल्याही गुन्ह्याची उकल करण्यात तो अतिशय तरबेज आहे.”

“मिसेस थॉमसचा खुनीही तो शोधून काढेल अशी मला आशा आहे.” मिस्टर डेव्हियट म्हणाला व हात हलवत त्याने दोघांचा निरोप घेतला.

“प्रिसिला, तू माझी तरफदारी करायला नको होतीस,” हॅमिश किंचित नाराजीने म्हणाला. “लॉचडभ सोडून जायची मला मुळीच इच्छा नाही.”

“पण हे गाव तुला कधीतरी सोडायलाच हवं, हॅमिश. आयुष्यभर तू साधा इन्स्पेक्टर म्हणून राहू शकत नाहीस.”

हॅमिशने उसासा सोडला. “मी माझ्या आळशी व बुजऱ्या स्वभावामुळेच इथेच चिकटून बसलोय, हे तुझ्या डोक्यातून केव्हा जाणार कुणास ठाऊक? माझं लॉचडभवर प्रेम आहे. इथली माणसं मला फार आवडतात. इथे मी अतिशय सुखी व समाधानी आहे. केवळ समाजात माझी इज्जत वाढावी म्हणून बढती व पैसा मिळवण्यासाठी मी का म्हणून बाहेर जावं? समाजाने बनवलेली यशाची व्याख्या मला मान्य नाही प्रिसिला. माझ्या मते मी एक यशस्वी पोलीस इन्स्पेक्टर आहे. आजच्या काळात फारच कमी माणसं समाधानी असतात.”

“त्या मॅक्बेथबद्दल मी चुकीचं मत बनवलं होतं,” घरी पोहोचल्यावर मिस्टर डेव्हियट आपल्या बायकोला म्हणाला. “तो भलताच हुशार आहे.”

“खरंच तुला असं वाटतं?” मिसेस डेव्हियट म्हणाली. “कर्नल हालबर्टन-स्मिथ आणि त्याच्या बायकोला तर तो मुळीच आवडत नाही.”

“पण त्याची मुलगी तर मॅक्बेथच्या प्रेमात बुडालेली दिसतेय. मला वाटतं की लवकरच ते दोघं लग्न करतील.”

“अस्सं?” मिसेस डेव्हियट चकित होऊन म्हणाली. “मग आपण त्यांना कधी जेवायला बोलवायचं?”

“थांब जरा, आधी तो खुनी सापडू देत. सापडेल की नाही याची शंकाच आहे,” तिचा नवरा म्हणाला व आतल्या खोलीत निघून गेला.

सभा संपल्यानंतर हॅमिश पॉलला भेटायला गेला. पॉल थॉमसने स्वत:च दरवाजा उघडला. “आत ये,” तो म्हणाला. “मी टी.व्ही. बघत होतो.”

हॅमिश आतमध्ये गेला. टी.व्ही.च्या समोर केनेडी कुटुंब बसलं होतं. समोरच्या टेबलावर एका मोठ्या प्लेटमध्ये बरेच केक्स ठेवलेले दिसत होते.

जिन्यावरच्या जॉन पार्करच्या खोलीतून टाईपरायटरचा खडखडाट ऐकू येत होता.

“मी तुझ्यासाठी काय करू शकतो?” प्लेटमधला एक मोठा केक तोंडात कोंबत पॉलने विचारलं. त्याची नजर टी.व्ही.च्या पडद्यावर होती.

"मी तुझ्यासाठी काही करू शकतो का?" हॅमिश म्हणाला.

पॉलने त्यावर काहीच उत्तर दिलं नाही. त्याने आणखी एक केक उचलला व खुर्ची घेऊन तो केनेडी कुटुंबियांसोबत टी.व्ही. पाहू लागला.

हॅमिशच्या मनात आलं की ज्याअर्थी हा गृहस्थ मजेत टी.व्ही. बघतोय, त्याअर्थी तो आता ट्रिक्सीच्या खुनाच्या धक्यातून पूर्णपणे सावरलेला आहे. तिथून बाहेर पडणाऱ्या हॅमिशकडे कुणाचंही लक्ष गेलं नाही.

आठ

चच् ! मी अनेक भयंकर कृत्यं केली आहेत
माशी मारावी तितक्या सहज, अगदी राजीखुशीने.
– *शेक्सपियर*

हॅमिश आपल्या लँडरोव्हरमध्ये बसून तपासणी करण्यासाठी इयान गनच्या शेतात पोहोचला. शेतातल्या त्या बांधकामाचा तीन चतुर्थांश भाग कोसळून पडला असला तरी चौथा भाग अजून उभा होता.

इयानने स्वत:च ते बांधकाम पाडलं असलं तर इयानच्या कृत्याचा पुरावा त्या दगडमातीच्या ढिगाऱ्याखाली नक्कीच सापडू शकेल ह्या विचाराने तो टॉर्चच्या झोतात बारकाईने शोधू लागला. इतक्यात त्याला किंचाळल्यासारखा पण अतिशय क्षीण आवाज ऐकू आला. त्याने बांधकामाच्या दिशेने टॉर्चचा झोत फिरवला. एका ओळीत दोन तीन पक्षी उलटे लटकलेले त्याला दिसले.

वटवाघळं.

इंजिनाचा आवाज त्याच्या कानावर आला. त्याने झटकन टॉर्च बंद केला व शेताच्या बाहेर येऊन तो उभा राहिला.

बुलडोझर चालवत इयान गन येत होता. हॅमिश मनातून संतापला. बांधकामाचा एक भाग अजून उभा असताना ती पडकी इमारत बुलडोझरच्या सहाय्याने जमीनदोस्त करण्याचा इयानला काहीच अधिकार नव्हता. हाताने थांबण्याचा इशारा करत तो हळूहळू पुढे जाऊ लागला. अचानक त्याला तो मागचा प्रसंग आठवला. जमलेल्या स्त्रिया हात उंचावून निषेध करत होत्या. त्याच्या डोळ्यांसमोर ट्रिक्सी उभी राहिली. ॲमेझॉनची राणी-तिचे चमकणारे डोळे व चिरत जाणारा बायकी आवाज.

बुलडोझर समोर येऊन थांबला.

"इयान, तू पुढे जाण्याचा प्रयत्न करू नकोस," हॅमिश त्याला म्हणाला.

“अजूनही त्या पडक्या इमारतीत वटवाघळं आहेत आणि काहीही झालं तरी सरकारी परवानगी मिळाल्याशिवाय तू हे बांधकाम पाडू शकत नाहीस.”

इयानने त्याच्याकडे जळजळीत नजरेने पाहिलं व बुलडोझर पुन्हा सुरू केला.

“थांब!” हॅमिश जोरात ओरडला व त्याच्यासमोर येऊन उभा राहिला.

बुलडोझर हळूहळू त्याच्याजवळ येऊ लागला.

हॅमिशने शिव्या देत पटकन बाजूला उडी मारली व दुसऱ्याच क्षणी वर चढून त्याने बुलडोझरच्या चाव्या ताब्यात घेतल्या.

इयान गनने त्याला एक जबरदस्त ठोसा लगावला आणि हॅमिश खाली पडला. हॅमिश धडपडत उठला व त्याने बुलडोझरवर उडी घेत इयानचं जॅकेट पकडलं व त्याला जोरात खेचलं. इयान चेहेऱ्यावर आपटला. हॅमिशने गुडघ्यावर बसत त्याला हातकड्या ठोकल्या. इयान त्याला वाट्टेल त्या शिव्या देत होता.

“आता, उभा राहा,” हॅमिश दरडावत म्हणाला.

इयान कसाबसा उठला व मान खाली घालून उभा राहिला. “हॅमिश, मला सोडून दे.” तो शिणलेल्या आवाजात म्हणाला. “रागाच्या भरात तुला मारल्याबद्दल मी तुझी माफी मागतो, पण मला सांग हा काय आचरटपणा चाललाय? मला माझ्याच शेतातली जमीन हवी आहे आणि तो मूर्ख कायदा म्हणतो की तिथे वटवाघळं असल्यामुळे मला ती मिळणार नाही. जमीन माझी आहे, त्यात मला हवं ते मी करू शकतो. त्या हलकट थॉमस बाईने सगळा घोटाळा करून ठेवलाय.”

हॅमिशने त्याच्याकडे पाहिलं. पोलीस ऑफिसरवर हल्ला केल्याबद्दल व इतर गुन्ह्यांखाली तो त्याला सहज अटक करू शकत होता, पण त्यासाठी कागदपत्रं तयार करणं आलं. मग कोर्टात केस उभी राहणार व अखेर इयानला तुरुंगात जावं लागणार.

“मागे वळ,” तो ओरडला.

त्याने इयानच्या हातकड्या काढून बाजूला फेकल्या. मग आपल्या डोक्यावरची कॅप काढून जमिनीवर ठेवली व शर्टाच्या बाह्या वर सारल्या.

“चल इयान, होऊन जाऊ दे,” हॅमिश म्हणाला. “हे प्रकरण आपण आपल्या दोघांतच मिटवूया.”

इयानने हॅमिशच्या सडपातळ देहाकडे पाहिलं व तो हसू लागला. “ठीक आहे, हॅमिश, पण तुला जर मार पडला तर नंतर मला दोष देऊ नकोस.”

पण हॅमिशवर प्रहार करणं त्याला अवघड जाऊ लागलं. पावलं हलकेच नाचवत, मधेच डोकं बाजूला करत, मान खाली करत तो इयानचे ठोसे सफाईने चुकवत होता. अखेर हॅमिश म्हणाला, “चल, आता शेवट करूया,” इयानच्या

कानांवर पडलेले ते शेवटचे शब्द होते. पाठोपाठ इयानच्या जबड्यावर एक जबरदस्त ठोसा बसला.

जेव्हा त्याला शुद्ध आली तेव्हा हॅमिश त्याच्याशेजारी जमिनीवर गुडघे टेकून बसला होता. "ठीक आहेस ना?" हॅमिश मनातून किंचित घाबरला होता.

"काय जबरदस्त ठोसा हाणलास रे!" इयान पुटपुटला.

"हे बघ, सरकारने कायदा केलेला आहे व तो पाळणं तुझं कर्तव्य आहे," हॅमिश म्हणाला. "यापुढे ह्या वटवाघळांना अजिबात त्रास देणार नाहीस असा मला शब्द दे."

"हो. दिला शब्द."

हॅमिशने आधार देत त्याला उठवलं व आपल्या बॅगमधल्या बाटलीतून त्याला थोडी ब्रँडी पाजली आणि पुन्हा बुलडोझरवर बसवलं. बुलडोझर दिसेनासा होईपर्यंत तो तिथेच उभा राहीला.

मग त्याने म्हाताऱ्या मिसेस मॅक्गॉवनच्या घरी जायचं ठरवलं. ट्रिक्सीने तिच्याकडून एखादी किंमती वस्तू लाटली का, हे त्याला पाहायचं होतं. कदाचित केवळ मामुली लोभ किंवा अधाशीपणातून हा खून झाला असू शकेल. ट्रिक्सीच्या हाती एखादा फार मोठा किमती ऐवज लागला असावा.

पण लॉचडभच्या दिशेने परत जात असताना त्याला समोर ड्रमंडचं घर दिसलं व त्याच्यामधला पहाडी चौकस स्वभाव जागृत झाला. बेवड्या हॅरीबरोबर सुखाने नांदणाऱ्या मिसेस ड्रमंडने तो निर्व्यसनी झाल्यावर मात्र घटस्फोट मागितल्याने त्याला आश्चर्य वाटलं होतं व त्यामागचं कारण जाणून घ्यायची त्याला उत्सुकता लागून राहिली होती.

मिसेस ड्रमंड घरीच होती. केसाला डाय केलेली, चेहऱ्यावर मेक्‌ाप थापलेली, ओठ लालभडक रंगाने रंगवलेली ती एक थुलथुलीत, बेढब स्त्री होती. "काय केलं त्याने?" हॅमिशला पाहताच तिने विचारलं. हॅरीने एखादं दुष्कृत्य केल्याचा तिला मनोमन आनंदच झालेला दिसत होता.

"हॅरीने? काहीच नाही," हॅमिश म्हणाला. "एक मिनिट मी आत येऊ का?"

काही न बोलता तिने फक्त खांदे उडवले. हॅमिश तिच्या मागोमाग आत शिरला. खुर्चीवर स्त्रियांच्या मासिकांचा गठ्ठा पडला होता तो तिने उचलला. हॅमिश त्या खुर्चीत बसला.

खोलीत माश्या घोंघावत होत्या. स्प्रे मारून तिने माश्या हाकलवण्याचा प्रयत्न केला. "तू हॅरीपासून घटस्फोट का घेतेयस? तो तर आता रुबाबदार दिसतोय अणि त्याला चांगली नोकरीही मिळालीय."

सिगरेट पेटवत तिने एक जोरदार झुरका घेतला. "माझं दुसऱ्या कुणावर तरी

प्रेम बसलंय.'' ती म्हणाली.

''कोणावर?''

''बकी ग्रॅहॅम, पलीकडे क्रास्कजवळ राहणारा.''

''पण बकी ग्रॅहम तर अट्टल दारुडा आहे आणि त्याचा स्वभावही विक्षिप्त आहे.''

''त्याला त्याची काळजी घेणारं एक माणूस हवंय.'' मिसेस ड्रमंड उद्दामपणे म्हणाली. ''मला घटस्फोट मिळाला की आम्ही दोघं लग्न करणार आहोत.''

तिने नाराजीनेच हॅमिशला चहा घेणार का, विचारलं पण हॅमिशने नकार दिला. त्यानंतर बकीशी लग्न करणं हा निव्वळ मूर्खपणा आहे व त्याच्यात किती अवगुण आहेत हे कळकळीने सांगण्याचा त्याने प्रयत्न केला पण ती हॅमिशवरच भडकली.

''स्त्रियांचा अंदाज लागणं फार कठीण!'' मिसेस मॅक्गॉवनच्या घराच्या दिशेने गाडी चालवत असताना हॅमिश स्वत:शीच पुटपुटला.

मिसेस मॅक्गॉवनचं छोटंसं बैठं घर पाईनच्या जंगलानजिक होतं. गाडीतून उतरल्यावर हॅमिशने एक दीर्घ श्वास घेतला व पाईनचा सुगंध आत खोल साठवून ठेवला. मिसेस मॅक्गॉवनच्या घरात उग्र,कुबट वास असणार हे त्याला ठाऊक होतं.

''म्हणजे अखेर तू मला येऊन भेटायचं ठरवलंस तर,'' दरवाजा उघडत म्हातारी म्हणाली. तिचा चेहरा सुरकुतलेला होता व तिला पोक आलं होतं. वेड्यावाकड्या वाढलेल्या वाळुंजाच्या झाडासारखी ती दिसत होती, पण तिच्या काळ्याशार डोळ्यांत मात्र अजून पूर्वीचीच चमक होती. हॅमिश आत शिरला. तिचं छोटंसं घर फर्निचर, चिनी मातीची भांडी आणि भिंतीवरच्या तसबिरी यांनी खचाखच भरलेलं होतं. हॅमिशला मिसेस हॅगर्टीच्या खोलीची आठवण झाली.

''मी ही खिडकी उघडतो,'' हॅमिश दबकत म्हणाला.

''नको, नको,'' ती लगेच म्हणाली. ''चिलटं आत येतील.''

''तू तर आधीच भरपूर चिलटं आणि माश्यांना मारलेलं दिसतंय.'' वर टांगलेल्या माश्या मारायच्या जाळीदार कागदाकडे बघत हॅमिश म्हणाला. त्यात बऱ्याच माश्या मरून पडलेल्या दिसत होत्या. ''माश्या मारायचे कागद तुला कुठून मिळाले?''

''मिसेस थॉमसने मला दिले. तिने पटेलकडून ते विकत घेतले होते. तो पाकिस्तानी...''

''तो भारतीय आहे.''

''ठीक आहे, त्यामुळे काय फरक पडतो? ती मला ओझोन आवरणाबद्दल बरंच काही सांगत होती. तिच्या मते जंतुनाशकांचा स्प्रे मारल्यामुळे हवा प्रदूषित होते, त्यापेक्षा हे विषारी-चिकट जाळीदार कागद जास्त फायद्याचे असतात. तो

भारतीय दुकानदार कुठूनतरी ते मागवतो.''

"मला मिसेस थॉमसबद्दलच तुला विचारायचं होतं. ती बरेचदा तुला भेटायला यायची?''

"हो. अनेकदा.''

"कशासाठी?''

"माझ्या एकाकी म्हातारपणाची तिला कीव वाटायची म्हणे. माझ्यासाठी ती केकसुद्धा आणायची. पण हे सर्व ती का करायची हे मला चांगलंच ठाऊक होतं.''

"का?'' हॅमिशने उत्सुकतेने विचारलं.

कोपऱ्यात असलेल्या वेल्श बनावटीच्या कपाटाकडे तिने बोट दाखवलं. "ते बघ.''

"ते कपाट?''

"तीन स्त्रिया व एका पुरुषाचं रंगीत चित्र असलेली ती पसरट थाळी दिसतेय तुला?''

हॅमिश कपाटापाशी गेला व निरखून पाहू लागला. थाळीची कडा सोनेरी होती. त्यावरील चित्रातील स्त्रियांची वेषभूषा अठराव्या शतकातील दिसत होती व त्या खानदानी दरबारी स्त्रिया अत्यंत वेधक व मोहक रंगांनी रंगवलेल्या होत्या.

"तिने तुला काही पैसे देऊ केले?'' हॅमिशने विचारलं.

"हो तर,'' ती अंग घुसळवत हसली. "पाच पौंड.''

"त्याहून त्याची जास्त किंमत असेल असं वाटत नाही.''

"जेव्हा माझ्या लक्षात आलं की ती थाळी विकत घ्यायला ट्रिक्सी फारच उत्सुक आहे, तेव्हा मी आपल्या गावातल्या फोटोग्राफर अँडीला बोलवून त्या थाळीचा फोटो काढून घेतला व तो फोटो ग्लासगोतल्या आर्ट गॅलरीला पाठवून दिला. त्यांनी मला एक पत्र पाठवलं. ते बघ, ते पत्र मी त्या फळीवर ठेवलंय.''

हॅमिशने फळीवरच्या धुळीत पडलेलं पत्र उचललं व तो वाचू लागला. म्युझियमतर्फे मिसेस मॅक्गॉवनला कळविण्यात आलं होतं, 'अतिशय आनंद होतो की ही थाळी इ. स. १७४५ मधली फ्रेंच बनावटीची असून त्यावरील चित्र हे प्रसिद्ध फ्रेंच चित्रकार वॅटो याच्या एका गाजलेल्या चित्राची नक्कल असावी असे आमचे प्रथमदर्शनी मत झाले आहे. परंतु प्रत्यक्ष ती वस्तू पाहिल्याशिवाय आम्ही त्याची खात्री देऊ शकत नाही.'

हॅमिशने हलकेच शीळ घातली. "आणि हे तू तिला सांगितलं होतंस?''

"मुळीच नाही. मी तिला झुलवत ठेवलं. तिने आणलेली बिस्किटं आणि केक फस्त करत राहिले व तिला थाळी द्यायचं माझ्या मनात असल्याचं तिला भासवत राहिले.''

“त्या वस्तूचे खूप पैसे मिळणार आहेत हे तुझ्या लक्षात आलं होतं?”

“अर्थातच! पण माझ्या मृत्युपत्रात मी ती थाळी माझ्या पणतीच्या नावावर करून टाकली आहे. तिला वाटलं, तर ती विकून पैसे कमवू शकते.”

“म्हणजे मिसेस थॉमसला तुझ्याकडून काहीच मिळालं नाही?” हॅमिशने विचारलं.

“कागदाचा एक कपटादेखील नाही.”

मग हॅमिशने तिच्या तब्येतीची चौकशी केली. तिच्यासाठी किटली भरून चहा केला आणि तिला चॉकलेटच्या बिस्किटांचा पुडा दिला व तो जाण्यासाठी उठला. वर टांगलेल्या त्या चिकट जाळीदार कागदाकडे त्याने नाराजीने पाहिले. असंख्य माश्या त्यात अडकून पडल्या होत्या.

“तुझ्याकडे आणखी एखादा असा कागद असेल तर मी हा कागद काढून तुला त्याजागी नवा लावून देतो.” तो म्हणाला.

“माझ्याकडे नाहीये. मला हे कागद मुळात आवडतच नाहीत. मला ते जुन्या पद्धतीचे कागदच आवडतात. ट्रिक्सी मला आणखी आणून देणार होती. पटेलकडून विकत घेऊन नव्हे. त्याच्याकडे फक्त असले चिकटच कागद आहेत. मी म्हणते त्या जुन्या पद्धतीच्या कागदांना माश्या कधीच चिकटून बसत नसत. त्याच्या केवळ वासानेच त्या मरून जमिनीवर पडत.”

हॅमिश तिथून बाहेर पडला. बाहेरच्या मोकळ्या हवेत श्वास घेतल्यावर त्याला बरं वाटलं. लॉचडभच्या दिशेने तो गाडी चालवू लागला. आता इथून कोणाकडे जावं हे त्याला ठरवता येईना. इतक्यात रस्त्याच्या कडेला काहीतरी हालचाल होत असल्याचं त्याच्या चटकन लक्षात आलं. त्याची गाडी पाहून कोणीतरी झटकन लपून बसल्याचं त्याच्या ध्यानात आलं. गाडी थांबवून तो खाली उतरला व मागच्या बाजूला थोडं अंतर चालत गेला. झुडपामागे एक छोटी आकृती लपून बसलेली त्याला दिसली.

“बाहेर ये,” हॅमिश दरडावून म्हणाला.

झुडुपामागून छोटी मुलगी बाहेर आली. सुसान केनेडी. तीच ती हॅमिशला न आवडलेली मिसेस केनेडीची आगाऊ व व्रात्य मुलगी.

“तुम्ही सर्वजण आज घरी परतणार होता ना?” हॅमिश म्हणाला.

“मी नाही जाणार,” ती म्हणाली. “मला इथेच राहायचंय.”

“तू असं नाही करू शकत. तुला शाळेत जायचंय ना. चल, मी तुला घरी सोडतो. माझ्या गाडीत चॉकलेटं आहेत.”

“कसली चॉकलेटं?”

“साखरेची.”

“मग चालतील.” ती त्याच्याबरोबर चालत गाडीपाशी आली. हॅमिशने तिला

आपल्या शेजारच्या सीटवर बसवलं. हॅमिश आपल्या गाडीत नेहमीच लहान मुलांसाठी गोळ्या व चॉकलेटं ठेवत असे.

"मला गोड पदार्थ खूप आवडतात," एकदम दोन चॉकलेटं तोंडात टाकत ती म्हणाली.

"पण मी काही त्यांच्याइतकी अधाशी नाही."

"कोणासारखी?"

"त्या थॉमस नवरा-बायकोंसारखी. बेडरूममध्ये ते काय करायचे हे कधीपासून तुला सांगायचं माझ्या मनात होतं."

हॅमिशने तिच्याकडे सावधपणे पाहिलं. "त्यांच्या गोड खाण्याच्या सवयीबद्दल तुला म्हणायचंय ना?"

"हो. ती त्याच्यासाठी काहीच शिल्लक ठेवत नसे. मग तो काय करायचा, माहीत आहे? तो केक विकत आणायचा व हळूच पलंगाखाली एका खोक्यात लपवून ठेवायचा. पण तिच्या तेही लक्षात आलं होतं. तो घराबाहेर पडेपर्यंत ती शांतपणे वाट पाहायची व तो बाहेर पडला की त्या खोक्यातून एक-दोन केक पळवायची. ती त्याच्यापेक्षा जास्त हावरट होती. त्याला वाटायचं की मीच केक पळवतेय म्हणून तो मला ओरडायचा. पण ती मला चॉकलेटं देऊन माझं तोंड गप्प करायची."

हॅमिश तिला घेऊन मिसेस केनेडी आपल्या इतर मुलांना घेऊन उभ्या असलेल्या बसस्टॉपपाशी आला. आपल्या हरवलेल्या मुलीला परत आल्याचं पाहून तिला हर्ष वा खेद, काहीच झाल्याचं तिच्या चेहऱ्यावरून दिसलं नाही. हॅमिश गाडी चालवत पॉलच्या घरी जाऊ लागला. आपली एक मुलगी हरवली आहे ते तरी मिसेस केनेडीच्या लक्षात आलं होतं का कुणास ठाऊक, असा विचार हॅमिशच्या मनात येऊन गेला.

पॉल घरात नव्हता पण जिन्यावरून टाईपरायटरचा आवाज येत होता. तो जिना चढून जॉन पार्करच्या खोलीत शिरला.

"पॉल कुठे आहे?" त्याने विचारलं.

"बाहेर गेला असावा."

"जॉन मला एक सांग की मिसेस थॉमसला गोडाची खूप आवड होती?"

जॉन पार्कर खदखदून हसला. "आवड नव्हे, गोडाचं व्यसन होतं तिला. ती पॉलला गोड खाऊ द्यायची नाही, पण पॉलपेक्षाही ती गोड पदार्थ खाण्यासाठी कायम आसुसलेली असायची."

"पण तरीही ती जाडी झाली नाही हे आश्चर्यच म्हणायला हवं."

"वाढलेल्या कॅलरीज् ती दुसऱ्याला छळण्यात जाळायची."

खिडकीच्या काचेवर एक मोठी माशी जोरजोरात घोंघावू लागली. हॅमिश काही

क्षण त्या माशीकडे टक लावून पाहत राहिला आणि काही न बोलता अचानक तिथून बाहेर पडला. जॉन त्याच्या पाठमोऱ्या आकृतीकडे थक्क होऊन पाहतच राहिला. हॅमिश खाली उतरून पॉलच्या दिवाणखान्यात आला व वर लटकणाऱ्या त्या माश्या मारायच्या जाळीदार कागदाकडे पाहू लागला. मग खुर्चीवर चढून त्याने तो कागद खाली खेचला. पोलीस स्टेशनवर पोहोचल्यावर त्याने स्ट्रॅथबेनच्या न्यायवैद्यक खात्याला फोन लावला. त्यांच्याकडून उत्तर आलं की आम्ही चौकशी करून थोड्याच वेळात पुन्हा फोन करतो.

हॅमिश तसाच टेबलापाशी बराच वेळ बसून राहिला. मगाशी खिडकीच्या काचेवर घोंघावणाऱ्या माशीसारखे एकापाठोपाठ एक विचार त्याच्या मनात घोंघावू लागले.

ट्रिक्सीला केक खूप आवडायचे. जॉन पार्कर जेव्हा व्यसनातून बाहेर पडून स्वतःच्या पायावर उभा राहिला तेव्हा ट्रिक्सीचा त्याच्यामधला रस संपला होता. मिसेस ड्रमंडची गोष्टही तशीच. हॅरी व्यसनमुक्त झाल्यावर तिने त्याच्यापासून घटस्फोट मागितला. लॉर्ड ग्लेनबॅडरच्या मते आजचं डी.डी.टी. म्हणजे व्हिक्टोरियन काळातलं जहरी विष. ट्रिक्सीने आर्ची मॅक्लिनचा हात धरला होता. डॉक्टर ब्रॉडीने ट्रिक्सीला ठार मारण्यावर गाणं रचलं होतं. एंजेला ब्रॉडीने त्याला ऑस्कर वाइल्डचं 'प्रत्येक माणूस त्याच्या प्रिय व्यक्तीचा खून करतो.' हे प्रसिद्ध वचन डोंगरावर असताना ऐकवलं होतं. जॉन पार्कर आणि त्याचं ते पुस्तक 'झारच्या अमेझॉन स्त्रिया.' मिसेस मॅक्गॉवन म्हणत होती की ट्रिक्सीने तिला माश्या मारण्याचे जुन्या पद्धतीचे कागद आणून द्यायचं कबूल केलं होतं. तो कागद नुसता हुंगला तरी माश्या जमिनीवर पडून मरायच्या. मरायच्या... मरायच्या... मरायच्या... काही काळ त्याच्या डोक्यात असेच अनेक विचार वेगाने येत राहिले.

आणि अचानक फोनची बेल कर्कश्श वाजू लागली.

उडी मारून त्याने फोन उचलला. जिवाचा कान करून तो पलीकडचं बोलणं ऐकू लागला व मग त्याने सावकाश रिसिव्हर ठेऊन दिला. त्याचा चेहरा उतरला होता. ही गोष्ट ब्लेअरला सांगणं भाग होतं, पण संशयित आरोपीला मात्र तो एकटाच जाऊन अटक करणार होता.

तो चालत पुन्हा पॉलच्या घरापाशी आला. जिना चढून वर गेला व जॉन पार्करच्या खोलीचं दार त्याने उघडलं.

''पॉल थॉमस कुठे आहे?'' त्याने विचारलं.

''माहीत नाही. पण अचानक जीव घेऊन तो पळत सुटला.'' पार्कर म्हणाला. ''मी त्याला एवढंच म्हणालो की तू इथे येऊन गेलास आणि ट्रिक्सीच्या गोड खाण्याच्या सवयीबद्दल तू माझ्याकडे चौकशी करत होतास. हे वाक्य ऐकताच त्याने चक्क धूम ठोकली.''

हॅमिश धावत जिना उतरून बाहेर पडला. नक्की काय घडतंय ते जॉन पार्करला समजेना, पण त्याने खांदे उडवून शांतपणे टायपिंग करायला सुरुवात केली.

हॅमिश पोलीस स्टेशनच्या दिशेने धावायला लागला. वाटेत भेटणाऱ्या प्रत्येकाला त्याने पॉलबद्दल विचारलं. सगळ्यांनी त्याला गावाबाहेबर पडताना पाहिलं होतं व शेवटी तो तलाव आणि समुद्रामधल्या चिंचोळ्या लांबट पट्ट्यावरून जाताना एक दोघांना दिसला होता.

तिथे पोहोचण्यासाठी पक्का रस्ता नव्हता. हॅमिशने धावण्याचा वेग वाढवला. भन्नाट सुटलेला वारा त्याच्या कपड्यात शिरत होता. लॉचडभच्या हॉटेलला वळसा मारून तो पुढे जाऊ लागला. हॉटेलच्या खिडकीत उभ्या असलेल्या जिमी एंडरसनने पळणाऱ्या हॅमिशकडे पाहिलं. ''काहीतरी घडलंय,'' तो ब्लेअरला म्हणाला. ब्लेअर आरामखुर्चीत बसून टी.व्ही. पाहत होता. ''मॅक्बेथ आत्ताच इथून धावत गेला.''

''त्याने नक्कीच पुन्हा चोरून मासे पकडलेले असणार आणि बेलिफ त्याच्या मागे लागलेला असणार,'' टी.व्ही. वरची नजर जराही न हलवता ब्लेअर म्हणाला.

त्या चिंचोळ्या पट्ट्याच्या शेवटी खडकाचा एक आडवा सुळका होता. हॅमिशला तिथे पॉल थॉमस दिसला. मान खाली घालून तो त्या सुळक्याच्या कडेवर उभा होता. हॅमिशने आपला वेग कमी केला व सावकाश चालत तो त्याच्या बाजूला जाऊन उभा राहिला. खालून घराच्या उंचीएवढ्या लाटा उसळत त्या सुळक्यावर आपटत होत्या.

''तुझ्या जे मनात आहे ते तू अजिबात करणार नाहीस,'' हॅमिश शांतपणे त्याला म्हणाला. ''ती मुळीच त्या लायकीची नव्हती.''

पॉल अचानक खाली बसला व हॅमिशही त्याच्या शेजारी बसला.

''तुला कसं ठाऊक?'' पॉलला विचारलं.

''ऐक, माझ्या कल्पनेप्रमाणे असं घडलं असावं,'' हॅमिश म्हणाला. ''अलीकडे तू पुन्हा स्वत:च्या पायावर उभा राहण्याचा प्रयत्न करत होतास. ट्रिक्सीच्या मदतीने आपल्या खादाडपणावर संयम ठेवण्यात तू हळूहळू यशस्वी होऊ लागला होतास. एका नव्या आयुष्याची सुरुवात तुला इथे येऊन करायची होती. घर रंगवणं, बागकाम करणं अशा विविध कामांची आवड तुझ्यात निर्माण होऊ लागली होती. पण तुझं काम करणं, स्वत:च्या पायावर उभं राहण्याचा प्रयत्न करणं हे ट्रिक्सीला मात्र मुळीच पसंत नव्हतं. मुद्दामहून तेच काम ती तुझ्यापेक्षा जास्त चांगलं करून दाखवायची. तुझ्यामध्ये न्यूनगंड निर्माण करत राहायची. मग तू पुन्हा लपूनछपून केक खायला सुरुवात केलीस. काही दिवसांनी ही गोष्टही तिच्या लक्षात आली. तुझी केक लपवून ठेवायची जागा तिने शोधून काढली. तुझ्या खोक्यातले एक-दोन केक ती चोरते आहे हे तुझ्या लक्षात आलं, पण तरीही तुझं तिच्यावर गाढ प्रेम होतं. याचा अर्थ काहीतरी भयंकर घडलं असावं. तिच्या आयुष्यात परपुरुष आला असावा

असं मला तरी वाटत नाही. तिला संभोगात फार मोठा रस नसावा. स्त्रियांना सहसा तो नसतो. अनेक स्त्रिया काहीतरी सुप्त हेतू मनात ठेवून मगच संभोगाला राजी होतात. शिवाय एंजेला ब्रॉडी आणि गावातल्या अनेक स्त्रिया हळूहळू तिच्या कह्यात येऊ लागल्या होत्या. तिला आता तुझी गरज उरली नव्हती. कदाचित तिला असंही वाटलं असेल की तिच्या व्यक्तिमत्त्वाची नवलाई ओसरल्यावर, लोकांना तिच्यापेक्षा तू अधिक प्रिय होऊन जाशील. म्हणून तिने तुझ्याकडे घटस्फोट मागितला.''

पॉल थॉमस गप्प बसून होता. एक मोठी लाट उसळी मारून वर येत त्यांच्या पायापाशी फुटली. वाऱ्याचा वेग आणखीनच वाढला होता.

हॅमिश संथ परंतु स्पष्टपणे बोलत होता. वारा व लाटांच्या प्रचंड आवाजातही हॅमिशचा प्रत्येक शब्द पॉलला नीट ऐकू येत होता.

''दातदुखीसाठी दंतवैद्याकडे जायची परवानगी ट्रिक्सी देणार हे तुला पक्कं ठाऊक होतं. कारण अनेक आठवड्यांपासून दातदुखीचं नाटक तू उत्तम वठवलं होतंस. बाहेर पडण्यापूर्वी तू केकचा खोका पलंगावरती ठेवून दिला होतास. पण त्याही आधी ट्रिक्सीने मिसेस हॅगर्टीच्या घरून आणलेले जुन्या पद्धतीचे माश्या मारायचे जाळीदार कागद तू हळूच लंपास केले होतेस. त्यातला एक कागद मी तुझ्या दिवाणखान्यात वर टांगलेला पाहिला होता व तो कागद चिकट कसा नाही याचं त्यावेळी मला आश्चर्य वाटलं होतं. त्या कागदावर आर्सेनिक हे जहाल विष लावलेलं होतं. ही गोष्ट ट्रिक्सीनेच तुला पूर्वी सांगितली होती. तू तो कागद पाण्यात भिजवून नंतर वाळवलास आणि ऊर्ध्वपातनाने ट्रिक्सीला ठार मारण्याएवढे जहरी स्फटिक तू जमा केलेस. व्हिक्टोरियन काळातली माणसं एखाद्याला ठार मारण्यासाठी हा प्रयोग करत असल्याचं कदाचित तुझ्या वाचनात आलं असावं. स्ट्रॅथबेनच्या न्यायवैद्यक खात्यातील एका माणसाने मला ह्या जहरी स्फटिकांची सविस्तर माहिती सांगितली. त्यानंतर गेल्या शतकात अशा जहाल विषाचा प्रयोग केलेल्या अनेक घटना मला आठवल्या. शयनगृहात लावलेल्या वॉलपेपरमधील आर्सेनिकमुळे नेपालियन मृत्यू पावल्याचं आजही सर्वत्र बोललं जातं. मुख्यत्वे कीटकांना मारण्यासाठी आर्सेनिक वापरलं जात असे. ट्रिक्सीला त्या कागदांचा एक मोठा गठ्ठा सापडला होता. तिच्या जागी दुसऱ्या कुठल्याही माणसाने ते कागद सरळ फेकून दिले असते पण ट्रिक्सीचा स्वभाव वेगळा होता. प्रत्येक वस्तूचा काही ना काही उपयोग होतोच असं तिचं ठाम मत होतं. मिळेल त्या वस्तू गोळा करायची तिची वृत्ती होती आणि म्हणून तिथे ते कागद गोळा करून आणले, ते विषारी असल्याचं तुला सांगितलं व नंतर कधीतरी ते कागद मिसेस मॅक्गॉवनला नेऊन द्यायचे ठरवलं, पण बहुधा ही गोष्ट ती विसरून गेली. तू मात्र विसरला नव्हतास.

पलंगाखालच्या केकमध्ये तू ते विषारी स्फटिक विरघळवलेस किंवा कदाचित

फक्त एकाच केकमध्ये तू ते मिसळलेस. केनेडीच्या मुलीने तो केक खाल्ला नाही हे आश्चर्यच म्हणायला हवं आणि अशा रीतीने तू तिला ठार मारलंस.''

"आणि आता मी स्वत:लाही मारून टाकणार आहे.'' शर्टाच्या बाहीने डोळे पुसत पॉल म्हणाला. "तिने मला सोडून जायचं ठरवलं यामुळेच मला तिचा तिरस्कार वाटू लागला होता. घर तर तिच्याच नावावर होतं. ती मला काहीही देणार नव्हती. ती मला भेटायच्या आधी मी फार लठ्ठ, बेशिस्त व पार खचलेला होतो. कुणालाही माझी पर्वा नव्हती, अगदी माझ्या आईनेही माझ्याकडे लक्ष दिलं नव्हतं. ट्रिक्सीने माझ्याशी लग्न केलं. माझ्या खाण्यापिण्याकडे नीट लक्ष दिलं. माझं वजन घटलं, प्रकृती सुधारली. मला उत्साही वाटू लागलं. मी तिच्यासाठी काहीही केलं असतं. इथे आल्यावर आम्ही अगदी सुखात होतो. आर्ची मॅक्लिनबरोबर तिने लगट करण्याचा प्रयत्न केला हे ऐकून मी जोरजोरात हसलो होतो, कारण मला जळवण्यासाठी मुद्दाम ती तशी वागली होती हे मला समजलं होतं. तिने माझ्याबरोबरचे संबंध संपवले होते व आता ती मला संपवायच्या मागे होती. पण ती मेल्यावर मी पुन्हा मूळ स्थितीला येऊन पोहोचलो. मी आता असा नाही जगू शकत हॅमिश. जगणं मुश्किल झालंय. लोकं मला टोचून बोलतात. आता मी खाऊन-खाऊन स्वत:ला संपवून टाकणार आहे.''

"अरे, अरे मित्रा, हा काय वेडेपणा करतोयस तू? स्वत:हून तुरुंगात गेलास तर तुझे सर्व प्रश्न आपोआप सुटणार आहेत हे तुझ्या लक्षात येत नाही का?'' हॅमिश त्याला धीर देत म्हणाला. "जरा विचार कर. तुरुंगात तुला केक दिसणारसुद्धा नाहीत. भरपूर व्यायाम, मनासारखं वाचन. तुझ्या त्या दुष्ट जगापासून तू कित्येक कोस दूर असशील. एखाद्या आरोग्य-सुधार केंद्रापेक्षाही अधिक फायदा होईल.''

एक पोलीस इन्स्पेक्टर एका गुन्हेगाराशी हे काय बोलतोय, असा विचार बोलता बोलता हॅमिशला अस्वस्थ करून गेला.

"मी जगण्याला लायक नाही,'' पॉल म्हणाला.

"कदाचित नसशीलही, पण तुरुंगात जाऊन तू खऱ्या अर्थाने पापक्षालन करू शकशील. तिथलं जीवन शिस्तबद्ध आहे. उठल्यापासून झोपेपर्यंत काय करायचं हे तुला लिहून दिलेलं असेल. पण मला एक सांग की, मॅक्डोनाल्डवरही विषप्रयोग करावा असं तुझ्या मनात का आलं? तू तर पहाडी माणूस नाहीस. त्याच्या अतींद्रिय शक्तीमुळे त्याने खुनी माणूस ओळखला असेल यावर तुझा विश्वास बसणं शक्य नाही.''

"मला वाटलं की ट्रिक्सीने त्याला आमच्या घटस्फोटाबद्दल सांगितलेलं असणार. ती ही गोष्ट गावातल्या कुणालाच सांगणार नव्हती कारण गावकऱ्यांसमोर तिला घटस्फोटाच्या क्षणापर्यंत आदर्श पत्नीची प्रतिमा जोपासायची होती. आपण ही खुनाची केस उलगडून दाखवू शकतो असं त्याने म्हटल्याचं मी ऐकलं होतं. मी घाबरलो.''

“पॉल, तू एक वाईट माणूस आहेस,” हॅमिश कठोरपणे म्हणाला. “तुरुंग हीच तुझी खरी जागा आहे. तिथे तुझी पूर्णपणे काळजी घेतली जाईल.”

“तू तुरुंगात येऊन मला भेटत राहशील?” एखाद्या अश्राप मुलासारखं पॉलने त्याला विचारलं.

“अं... येईनसुद्धा. चल मित्रा, खूप बोललो आपण. मी आता तुला हातकड्या घालतो म्हणजे मी कायद्यानुसार तुझ्यावर कारवाई केली आहे हे सिद्ध होईल.” आणि मग एखाद्या लहान मुलाला जसं पटवत, मनवत घरी घेऊन जावं लागतं, तसा पॉलशी बोलत हॅमिश त्याला घेऊन गावात परत आला.

मिस्टर डेव्हियट पुन्हा अचानक येऊन हॉटेलवर थडकला होता व मिसेस थॉमस खून प्रकरणाच्या तपासात किती प्रगती झाली आहे याचा जाब ब्लेअरला विचारत होता. इतक्यात खिडकीपाशी उभ्या असलेल्या जिमी अँडरसनचा चेहरा आनंदाने उजळला व तो म्हणाला, “हॅमिश मॅक्बेथ गुन्हेगाराला पकडून इकडेच येतोय.”

“भुरट्या चोराला पकडलं असेल,” ब्लेअर ताडकन उठत म्हणाला पण मनातल्या मनात तो प्रार्थना करत होता, “देवा, त्या मॅक्बेथला पुन्हा एकदा खुनी सापडून द्यायला तू कृपा करून मदत करू नकोस. माझ्यासाठी एवढंच कर. पुन्हा मी आयुष्यात कधीच कुणाला शिव्या देणार नाही.”

पॉल थॉमसला घेऊन येणाऱ्या हॅमिशला पाहण्यासाठी डिटेक्टिव्हज मॅक्नॅब व अँडरसन, ब्लेअर आणि डेव्हियटने खिडकीपाशी एकच गर्दी केली. हॅमिश मॅक्बेथची अखंड बडबड सुरू होती व पॉल थॉमसच्या गालांवरून अश्रू ओघळत होते. हॅमिश क्षणभर थांबला व आपल्या खिशातून रुमाल काढून त्याने पॉलचे डोळे व चेहरा पुसला.

“चला, ताबडतोब,” मिस्टर डेव्हियट म्हणाला. “जिना उतरून चटकन खाली जाऊया. तिच्या नवऱ्यानेच खून केलेला दिसतोय.”

हॅमिश व्हरांड्यात येईपर्यंत ते चौघेही तिथे पोहोचले होते.

हॅमिशने ब्लेअरकडे दुर्लक्ष करून मिस्टर डेव्हियटकडे पाहिलं. “मी पॉल थॉमसला त्याची पत्नी अलेक्झांड्रा थॉमस हिचा खून केल्याबद्दल अटक केली आहे.”

“त्याने गुन्हा कबूल केलाय?” मिस्टर डेव्हियटने विचारलं.

“होय,” हॅमिश म्हणााल.

ब्लेअरने समाधानाचा नि:श्वास सोडला. एखाद्या गुन्हेगाराने जर आपणहूनच आपण केलेल्या गुन्ह्याची कबुली दिली तर त्याला अटक करण्यासाठी फारशी हुशारी लागत नाही.

"मी संशयित आरोपीला घेऊन स्ट्रॅथबेनला निघतो." ब्लेअर फुशारकीने म्हणाला.

"एक मिनिट थांब." मिस्टर डेव्हियट म्हणाला. "हॅमिश आधी आत ये आणि काय घडलं ते आम्हाला नीट सांग."

हॅमिश! ब्लेअर मनातल्या मनात धुमसू लागला. सुपरिंटेंडंटने हॅमिशला त्याच्या पहिल्या नावाने हाक मारलेली पाहून त्याच्या अंगाचा तिळपापड झाला.

सर्वजण मग हॉटेल मॅनेजर जॉन्सनच्या खोलीत गेले. हॅमिशने आपण थोडा वेळ तुझं ऑफिस वापरत असल्याचे मॅनेजरला सांगितलं. नंतर त्याने सर्वांना ट्रिक्सी थॉमसचा खून का व कसा झाला हे सविस्तरपणे सांगितलं.

हॅमिश बोलत असताना ब्लेअर संतापाने दात-ओठ खात होता. मिस्टर डेव्हियट मात्र मॅक्बेथकडे कौतुकाने पाहत होता. मग सुपरिंटेंडंट वळून पॉल थॉमससमोर उभा राहिला. "हे काय चाललंय याची तुला कल्पना आहे ना, मिस्टर थॉमस? तुझ्या पत्नीचा खून केल्याचा तुझ्यावर आरोप ठेवलाय हे तुला समजलंय ना?"

"हो," पॉल शिणलेल्या आवाजात म्हणाला. "मी आत्महत्याच करणार होतो पण हॅमिश मला म्हणाला की तुरुंगात राहूनच मला खऱ्या अर्थानं माझ्या पापाचं प्रायश्चित घ्यायची संधी मिळेल आणि माझ्या आयुष्याला तिथेच एक नवीन वळण मिळेल. तिथे माझ्या जीवाला मुळीच धोका नसेल आणि माझ्या उदरनिर्वाहाचीही मला काळजी करावी लागणार नाही."

ब्लेअर काहीतरी बोलणार होता पण मिस्टर डेव्हियटने त्याच्याकडे असा काही जळजळीत कटाक्ष टाकला की तो मूग गिळून गप्प बसला. "होय,होय," मिस्टर डेव्हियट मग पॉलकडे पाहून सहानुभूतीपूर्वक म्हणाला. "हॅमिशने तुला योग्य तेच सांगितलं. आता आम्ही तुझी ही जबानी नोंदवून घेणार. अँडरसन, चल सुरुवात कर."

मिस्टर डेव्हियटने हॅमिशला बाजूला घेतलं. "कमालीचं काम केलंस, हॅमिश," तो म्हणाला. "मी व माझ्या पत्नीबरोबर जर आज रात्री तू जेवायला यायचं कबूल केलंस तर तो आम्ही आमचा सन्मान समजू. रात्री आम्ही दोघेही गाडीने लॉचडभला येऊ. बरोब्बर आठ वाजता. चालेल? आणि हो, प्रिसिलालाही बरोबर घेऊन ये."

ब्लेअर बाजूला जाऊन उभा राहिला. त्याला कमालीचा धक्का बसला होता व तो संतापाने थरथरत होता. आता हॅमिश आपला बॉस होणार हा विचार त्याला सहन होणं शक्यच नव्हतं.

अखेर अँडरसन,मॅक्नॅब, ब्लेअर, डेव्हियट व पॉल एका जीपमध्ये बसून निघून गेले. जीप दिसेनाशी होईपर्यंत हॅमिश शांतपणे पाहत उभा होता.

मग तो सावकाश चालत पोलीस स्टेशनवर आला. त्याने प्रिसिलाला फोन करून खुनाच्या केसचा शेवट झाल्याचं व आज रात्रीच्या भोजनाच्या निमंत्रणाबद्दल सांगितलं.

त्या रात्री लॉचडभ हॉटेलच्या डायनिंग रूमच्या एका कोपऱ्यात ब्लेअर निमूट बसून होता. तो आता संतापलेला नव्हता. त्या केविलवाण्या अवस्थेत तो संतापण्याच्याही मन:स्थितीत राहिलेला नव्हता. त्याने काळोख असलेली जागा निवडली असली तरी डेव्हियटचं त्याच्याकडे लक्ष गेलं होतं, कारण आपल्या पाहुण्यांचं स्वागत करण्यात दंग होण्याआधी त्याने ब्लेअरकडे एक अर्धवट कटाक्ष टाकून नाराजीने मान हलवली होती. ब्लेअरला मात्र तो अपमान वाटला होता. आपल्यालाही जेवणाच्या पार्टीत सहभागी केलं जाईल अशी त्याची अपेक्षा होती.

प्रिसिला हालबर्टन-स्मिथने शेंदरी रंगाचा शिफॉनचा ड्रेस घातला होता. तो तिच्या अंगाला अगदी घट्ट बसल्यामुळे ती अधिकच आकर्षक दिसत होती. तिच्या शेजारी बसलेल्या हॅमिशकडे ब्लेअर मत्सराने पाहत होता. हॅमिशने काळ्या रंगाचं चमकणारं जाकीट घातलं होतं.

काही वेळाने ब्लेअरच्या लक्षात आलं की पार्टीमधला रंग ओसरू लागला आहे. नेमकं काय घडलं असावं, ते त्याला कळेना.

लॉचडभला येत असताना मिस्टर डेव्हियटने हॅमिशच्या बदलीविषयी आपल्या बायकोबरोबर गाडीत चर्चा केली होती. "गरीब आहे बिचारा," मिस्टर डेव्हियट म्हणाला होता. "बरीच वर्षं तो या खेडेगावात सडतोय. त्याला खूप आनंद होईल."

सुरुवातीला त्याने हॅमिशला त्याच्या भविष्यासंबंधीच्या योजना समजावून सांगितल्या होत्या, पण त्या ऐकताना हॅमिशच्या हळूहळू निराश जाणाऱ्या चेहऱ्याकडे त्याचं लक्ष गेलं नव्हतं. "अरे याचा अर्थ बढती आणि जास्त पैसे मिळवण्याची संधी," मिस्टर डेव्हियट उत्साहाने त्याला म्हणाला होता. "शिवाय तुझ्यासारख्या एका माणसाला पुरेल एवढी जागाही तुला मिळेल. पण तुझ्या कुत्र्याची सोय मात्र आपल्याला दुसरीकडे कुठेतरी करावी लागेल."

"पण तुला ठाऊक आहे का?" खुदुखुदु हसत मिसेस डेव्हियट आपल्या नवऱ्याला म्हणाली, "हॅमिश आता फार दिवस एकटा राहू शकणार नाही." असं म्हणत तिने शेजारी बसलेल्या प्रिसिलाला हळूच एक कोपरखळी मारली."

प्रिसिला हसली. "हॅमिश व मी फक्त चांगले मित्र आहोत."

"मिस्टर डेव्हियट, मी तुझ्याशी जरा खाजगीत बोलू शकतो का?" हॅमिश म्हणाला. त्याने आता सुपरिंटेंडंटबरोबर औपचारिक भाषेत बोलायचं ठरवलं.

हॅमिशच्या प्रश्नाने मिस्टर डेव्हियट चकित झाला होता. त्याने बायकोकडे पाहिलं. तिने प्रिसिलाकडे नजरेचा इशारा करत, त्याच्याकडे पाहून डोळे मिचकावले. सुपरिंटेंडंच्या कपाळावरच्या आठ्या नाहीशा झाल्या. हॅमिशला आपल्या लग्नासंबंधी सूतोवाच करायचं असणार हे त्याच्या लक्षात आलं.

ते हॉटेलच्या व्हरांड्यात आले. "हे बघा, मिस्टर डेव्हियट," हॅमिशच्या

स्वरात अधीरता होती, "ह्या गावात तुम्हाला एका इन्स्पेक्टरची गरज आहे आणि मी इथे अगदी खुशीत काम करतोय. मला बढती नकोय. शहरात जाऊन मला काम करायचं नाही."

"अरे, का पण?"

"इथे माझं घर आहे. माझ्या कोंबड्या, मेंढ्या, सगळं काही इथेच आहे. सगळे गावकरी माझे अगदी जानी दोस्त आहेत. इथे मी अगदी सुखी आणि समाधानी आहे."

मिस्टर डेव्हियट त्याच्याकडे कुतूहलाने पाहू लागला. "तू खरंच सुखी आहेस?"

"मनुष्य जास्तीत जास्त जितका सुखी होऊ शकतो, तितका."

क्षणभर सुपरिंटेंडंटला त्याचा मत्सर वाटला. "ठीक आहे, जर तुझीच अशी इच्छा असेल तर माझं काहीच म्हणणं नाही. प्रिसिलाला अशा एका खेड्यातल्या पोलीस स्टेशनमध्ये कायमचं स्थायिक व्हायला आवडेल?"

"प्रिसिला माझ्याशी लग्न करणार नाहीये. आम्ही फक्त चांगले मित्र आहोत. खरं सांगायचं तर, तिचा प्रियकर सध्या लंडनमध्ये आहे."

त्याच क्षणी हेच वाक्य प्रिसिला मिसेस डेव्हियटला सांगत होती. मिसेस डेव्हियटच्या प्रश्नावलीचा तिला उबग आला होता व आता ती तिला तिरसट उत्तरं देऊ लागली होती. दोघे पुरुष परत आल्यावर त्या दोघींनीही मनातल्या मनात सुटकेचा नि:श्वास सोडला.

मग मिसेस डेव्हियटचं लक्ष प्रथमच ब्लेअरकडे गेलं. प्रिसिलाच्या शिष्ट वागणुकीचा तिला मनातून राग आला होता. ब्लेअरची तिला कणव आली. बिचारा तसा साधा माणूस आहे. म्हणजे कधीही आपल्या नवऱ्यासमोर गुडघे टेकायला तयार असतो. "डार्लिंग," ती लाडात आपल्या नवऱ्याला म्हणाली. "तू ब्लेअरला पाहिलंस का? तो बघ, बिचारा एकटाच कोपऱ्यात बसलाय. त्याला आपल्याबरोबर कॉफी प्यायला बोलाव ना."

ब्लेअर धावतच आला. मिस्टर डेव्हियटलाही आता शांत, मोकळं वाटू लागलं होतं. ब्लेअर हा भरवशाचा माणूस होता. पक्का डिटेक्टिव्ह. हॅमिश म्हणजे विचित्र, विक्षिप्त इसम. त्याची कधीच खात्री देता येणार नाही. सुखी, आनंदी माणूस कुणालाच आवडत नाही. शिवाय तो काही प्रिसिला हालबर्टन-स्मिथशी लग्नही करणार नाही. म्हणजे त्याला आपल्या दर्जाचा समजण्याची वेळ आपल्यावर कधीच येणार नाही.

जेवण झाल्यावर प्रिसिला व हॅमिश रमतगमत तलावाच्या बाजूने जाऊ लागले. तिच्या खांद्यावरचा पांढरा शुभ्र स्टोल वाऱ्याच्या मंद झोक्याबरोबर फडफडत होता. वारा पडला होता व आकाशात चांदण्या चमचम करू लागल्या होत्या.

“तू बढती नाकारलीस तर,” प्रिसिलाने रोखठोक विचारलं. “हॅमिश, तुझं नक्की काय होणार आहे रे?”

“काहीच नाही.” तो आळसावून म्हणाला. “झपाटलेली माणसं मला गमतीशीर वाटतात,” तो जणू अर्धवट स्वत:शीच बोलला. त्याच्या मनात एंजेला ब्रॉडी, पॉल थॉमस यांचा विचार येत होता... आणि त्याचा स्वत:चासुद्धा. पूर्वीच्या त्या स्वामित्त्वाच्या भावनेशिवाय प्रिसिलाबरोबर तलावाच्या काठाकाठाने निर्हेतुक भटकण्यात किती निर्मळ आनंद मिळतोय.

“ज्यांना आयुष्यात प्रगती करायची असते ती माणसं कधीच झपाटलेली, छंदिष्ट नसतात.” प्रिसिला त्याला विरोध करत म्हणाली.

“म्हणजे जॉन बर्लिंग्टनसारखी?”

“होय. त्याच्याचसारखी. प्रत्येक माणूस जर हॅमिश मॅक्बेथसारखा झाला असता. तर हे जग कसं झालं असतं?”

“मला ठाऊक नाही,” हॅमिश हळुवारपणे म्हणाला, “आणि मला त्याची पर्वाही नाही. नोकरी, धंद्यामध्ये संपूर्ण आयुष्य झोकून दे असा मूर्खासारखा सल्ला मी कधीच कुणाला देत नाही. कारण असं करणं मला मूर्खपणाचं वाटतं. महत्त्वाकांक्षेला इतकं महत्त्व का दिलं जातं हे मला कधीच कळलेलं नाही. जॉन बर्लिंग्टनचा फोन आला होता?”

“हो. पंधरा दिवसांनी मी इथून निघतेय आणि तो मला घेऊन जायला विमानतळावर येणार आहे.”

“आणि तू त्याच्याशी लग्न करणार आहेस?”

“माहीत नाही. करीनसुद्धा कदाचित.”

“बिच्चारी प्रिसिला.”

“खरा बिच्चारा हॅमिश आहे. स्वत:ला तू महत्त्वाकांक्षी समजत नाहीस, यावर माझा मुळीच विश्वास नाही. तू देखील पॉल थॉमस इतकाच घाबरट व डरपोक आहेस. बाहेरच्या मोठ्या जगात पाऊल ठेवायची तुला भीती वाटते.”

“मला ते जग आवडत नाही, हे मी कबूल करतो,” तो म्हणाला. अजूनही त्याचा स्वर तसाच शांत, आनंदी होता; पण त्या संथ लयीचा प्रिसिलाला मात्र आता वीट येऊ लागला होता. “मी जर तुला घाबरट वाटत असेन तर तसं ठरवण्याचा तुला नक्कीच अधिकार आहे. समोर बघ, घरापर्यंत पोहोचलो आपण.”

गुलाबांच्या फुलांत अर्धवट झाकला गेलेला पोलीस स्टेशनच्या फाटकावरचा निळा दिवा मंद चमकत होता. टाऊझर येऊन हॅमिशच्या पायाशी घोटाळू लागला. बाजूला प्रिसिलाची गाडी उभी होती.

“कॉफी घेणार?” हॅमिशने विचारलं.

प्रिसिला क्षणभर विचारात पडली. ''चल घेऊया.'' ती म्हणाली.

हॅमिशने कॉफी बनवली. प्रिसिला बाहेरच्या खोलीत बसली होती. कपाट उघडून त्याने ब्रँडीची बाटली बाहेर काढली व काही क्षण तो त्या बाटलीकडे टक लावून पाहत राहिला. अशाच सुंदर, निवांत क्षणांसाठी त्याने ती खास विकत आणली होती. एका ट्रे मध्ये त्याने कॉफीची किटली, दोन कप, ब्रँडीची बाटली व दोन ग्लास ठेवले व ट्रे घेऊन तो बाहेरच्या खोलीत आला.

''आपण टी.व्ही. बघूया.'' हॅमिश म्हणाला. ''मला बातम्या पाहायच्या आहेत, त्याने टी.व्ही. सुरू केला. प्रिसिलाने कपात कॉफी व ग्लासमध्ये ब्रँडी ओतली. हॅमिश कप व ग्लास घेऊन आरामखुर्चीत बसला.

मागे टेकून तो बातम्या बघू लागला आणि प्रिसिला त्याचं तटस्थपणे निरीक्षण करू लागली. तो केवळ महत्त्वाकांक्षेपासूनच मुक्त नव्हता, तर त्याने आता स्वत:ला तिच्या बंधनातूनही मुक्त केलेलं दिसत होतं. प्रिसिलासाठी हा धक्काच होता. हॅमिश आपल्यावर प्रेम करतो हे तिला समजलंच नव्हतं, पण ते प्रेम आता त्याच्या चेहऱ्यावरून नाहीसं झालेलं पाहून, आपण नेमकं कशाला मुकलोय याची जाणीव प्रथमच तिला तीव्रतेने झाली. जॉनमुळे हे असं घडलं असावं? ज्या चुंबनामुळे ती अतिशय उत्तेजित झाली होती, त्याच चुंबनामुळे त्याचा मात्र भ्रमनिरास झाला होता?

हॅमिशच्या पापण्या जड होऊन मिटू लागल्या होत्या. पुढे वाकत तिने त्याच्या हातातला ब्रँडीचा ग्लास हलकेच काढून घेतला व टेबलावर ठेवून दिला. काही मिनिटांतच त्याला गाढ झोप लागली. आपण आता घरी जायला हवं हे तिला कळत होतं, पण उठून बाहेर पडण्याची इच्छाच तिला होईना. तिच्या पायांशी टाऊझर घोरत पडला होता. बातम्या संपून त्याजागी बॅले नृत्याचा कार्यक्रम सुरू झाला. प्रिसिलाने शांतपणे बसून तो पूर्ण कार्यक्रम पाहिला व मग हॅमिशला न उठवता ती हळूच पोलीस स्टेशनच्या बाहेर पडली. गाडी घेऊन घराच्या दिशेने निघाली.

दोन आठवड्यांनी हॅमिशने धीर गोळा करून डॉक्टर ब्रॉडीच्या घरी जायचं ठरवलं. मधल्या काळात डॉक्टर त्याला गावातल्या बारमध्येही दिसला नव्हता व डॉक्टरने सिगरेट ओढणं बंद केल्याचं त्याच्या कानावर आलं होतं.

ढगाळ हवामान नाहीसं होऊन आता थंड, धुकट दिवस सुरू झाले होते. मुदतीपूर्वीच पहाडी हिवाळा सुरू होत असल्याचे जणू संकेत मिळू लागले होते.

तो ब्रॉडीच्या स्वयंपाकघराच्या दरवाजापाशी येऊन उभा राहिला व त्याने डोअरबेल वाजवली.

“आत या, दार उघडंच आहे,” डॉक्टरचा आवाज त्याने ऐकला.

स्वयंपाकघरातल्या टेबलापाशी डॉक्टर व त्याची बायको बसलेले होते. तो एक पुस्तक वाचत होता व त्याच्या शेजारी पुस्तकांचा गठ्ठा पडला होता तर दुसऱ्या बाजूला आणखी एक पुस्तकांचा गठ्ठा रचून त्याची बायकोही वाचत बसलेली होती. दोघांमध्ये एक मांजर शांतपणे प्लेटमध्ये ठेवलेल्या चीजचा आस्वाद घेत होतं.

“अरे हॅमिश, तू आहेस होय.” डॉक्टर खुर्चीवरून न उठताच म्हणाला. “ओट्यावर ठेवलेल्या किटलीमधून चहा ओतून घे आणि ती खुर्ची ओढून माझ्याजवळ बस.”

एंजेलाने मान वर करून हॅमिशकडे पाहिलं. त्याच्याकडे पाहून ती अस्फुट हसली व पुन्हा पुस्तकात डोकं खुपसून शांतपणे वाचू लागली.

हॅमिशने कपात चहा ओतून घेतला व तो डॉक्टरच्या शेजारी येऊन बसला. “तुमचं घर म्हणजे एक लायब्ररीच झालेली दिसतेय.”

“हो. एकप्रकारे तू म्हणतोयस ते खरंच आहे,” डॉक्टर म्हणाला. “मुक्त विद्यापीठातील विज्ञान शाखेमधून पदवी मिळवण्यासाठी एंजेलाने अभ्यास सुरू केलाय आणि मी सुद्धा अभ्यासच करतोय. काळाच्या मी खूपच मागे पडलोय.”

“तुला पटलं म्हणायचं तर,” हॅमिश म्हणाला. “मी ऐकलं की तू सिगरेट ओढणं सोडून दिलं आहेस. मिसेस थॉमसच्या हातून एक तरी चांगलं कृत्य घडलं अखेर.”

“माझ्या तोंडून तरी त्या बाईबद्दल चांगले शब्द उमटत नाहीत,” डॉक्टर ब्रॉडी म्हणाला. “पण मी तुला एवढं सांगू शकतो की एंजेलाने स्वत:ला फारच चटकन सावरलं आणि तिने माझ्यासाठी पुन्हा पूर्वीसारखा नाश्ता बनवला. सगळे तळलेले पदार्थ व त्याबरोबर टोमॅटो केचप. पण तो खाल्ल्यावर मला मळमळू लागलं. जणू माझ्या शरीराला आता सॅलॅड आणि म्युसलीची सवय झाली होती.” डॉक्टर वाचत असलेल्या पुस्तकाकडे हॅमिशची नजर गेली. पुस्तकाचं नाव होतं, स्त्रिया व रजोनिवृत्ती.

“मग मी ठरवलं की आता आपणसुद्धा काळाप्रमाणेच बदलायला हवं,” डॉक्टर ब्रॉडी म्हणाला. “माणसाच्या शरीरापेक्षा त्याचं मन जास्त गूढ आहे व मनाचा सखोल अभ्यास करणं फार जरुरीचं आहे. आता हेच बघ ना, मी माझ्या काही पेशंट्सना झोप येण्यासाठी साध्या मिल्क ऑफ मॅग्नेशियाच्या गोळ्या देतो व त्यांना चक्क शांत झोप लागते. आता आपल्याला खूपच बरं वाटू लागलंय असं ते मला येऊन सांगतात.”

एंजेला खुर्चीतून उठली. तिने नवा ड्रेस घातला होता व तिचे केसही आता

पूर्वीसारखे कुरळे होऊ लागले होते. "माफ कर हं," ती म्हणाली. "मला टी.व्ही.वरचा एक महत्त्वाचा कार्यक्रम पाहायचाय."

"चला, म्हणजे गाडी पुन्हा रुळावर आली म्हणायची." हॅमिश म्हणाला.

"हो नक्कीच. एका इंग्लिश बाईच्या नादाला लागून एंजेलाचं डोकं फिरलं होतं."

हॅमिशच्या मनात विचार आला की त्या विक्षिप्त इंग्लिश बाईमुळेच डॉक्टरची सिगरेट सुटली होती व तो वैद्यकीय विषयावरची पुस्तकं पुन्हा वाचू लागला होता.

ब्रॉडीच्या घरातून बाहेर पडल्यावर तो बंदराच्या दिशेने चालू लागला. फिकट हिरव्या रंगाच्या आकाशात पहिली चांदणी उगवत होती. विश्वाच्या त्या अनोख्या शांततेने हॅमिशला अलगद लपेटून टाकलं होतं.

मासेमारीसाठी बोटी पाण्यात सोडायला सुरुवात झाली होती. काही अंतर चालून गेल्यावर त्याला मिसेस व मिस्टर आर्ची मॅक्लिन दिसले. मिसेस मॅक्लिनने आर्चीच्या हातात सँडविचेस व कॉफीचा थर्मास ठेवला व त्याच्या गळ्याभोवती हात टाकत हळूच मिठी मारली.

"मी कधीच हे गाव सोडून जाणार नाही," हॅमिश स्वत:शीच पुटपुटला व मस्तपैकी शीळ वाजवत चालू लागला. काळोख पडू लागला व समुद्रात खोल शिरणाऱ्या बोटींचे दिवे झगमग करू लागले.

प्रिसिला हालबर्टन-स्मिथने लंडनच्या लोअर स्लोन स्ट्रीटमधील आपल्या फ्लॅटचा दरवाजा उघडला. ती थकली होती व चिडलेलीही दिसत होती. जॉन बर्लिंग्टन तिला घ्यायला विमानतळावर आलाच नव्हता. त्यामुळे तिला ट्रेनने घरी यावं लागलं होते. ती ट्रेनदेखील ॲक्टनच्या बाहेर तासभर बंद पडली होती.

दरवाजात पडलेलं टपाल व येताना चौकात विकत घेतलेला 'इव्हिनिंग स्टँडर्ड' पेपर काखेत ठेवून ती स्वयंपाकघरात शिरली.

तिने भराभर टपाल चाळलं. कुणीतरी अमेरिकेहून वर्तमानपत्र पाठवल्याचं तिच्या लक्षात आलं. तिने पेपराभोवती गुंडाळलेलं तपकिरी कागदाचं वेष्टन फाडलं. पेटा बेंटली, या सध्या कनेक्टिकटमध्ये राहणाऱ्या तिच्या मैत्रिणीने तिला ग्रीनविच टाईम्स या वृत्तपत्राची एक प्रत पाठवली होती व "पान ५ वाच." अशी खास सूचनाही पहिल्याच पानावर लिहिली होती.

प्रिसिलाने पाच नंबरचं पान उघडलं. त्यावर लॉचडभ पोलीस स्टेशनच्या आवारात गुलाबांच्या झाडांशेजारी टाऊझरसमवेत उभ्या असलेल्या हॅमिश मॅक्बेथचा फोटो छापलेला तिने पाहिला.

फोटोखालचा मथळा असा होता. "स्थानिक उद्योगपती कार्ल स्टेनबर्गर स्कॉटलंडमधील पहाडी मुलुखाची सैर करायला गेलेला असताना त्याने तिथल्या

एका पोलीस इन्स्पेक्टरचं घेतलेलं हे छायाचित्र आहे. त्याच्या चेहऱ्यावरचं निर्मळ हास्य पाहा. पैशाच्या पाठीमागे लागलेल्या अमेरिकन माणसाच्या चेहऱ्यावर असं हास्य केव्हा उमटणार?'

हॅमिशचा रंगीत फोटो छापलेला होता.

"हॅमिशने बहुतेक त्याला खुनाबद्दल सांगितलं असावं." प्रिसिला पुटपुटली. तिने इव्हिनिंग स्टँडर्ड वाचायला सुरुवात केली व तिला धक्काच बसला. पहिल्याच पानावर जॉन बर्लिंग्टनचा फोटो होता. त्याचा चेहरा त्रासिक दिसत होता व त्याला पोलिसांनी घेरलं होतं.

"स्टॉकब्रोकर जॉन बर्लिंग्टनला काही गुप्त गैरव्यवहारांबद्दल अटक," प्रिसिलाने फोटोखालचा मजकूर वाचला.

फोन वाजू लागला आणि प्रिसिलाने तो उचलला.

पलीकडून तिची मैत्रीण सारा जेम्सचा घाबरलेला आवाज तिच्या कानी पडला. जॉनसारखा माणूस असं काही करेल यावार माझा विश्वासच बसत नाही. ती पुढे बरंच बोलत राहिली. प्रिसिलाचं लक्ष खिडकीबाहेर गेलं. लोअर स्लोन स्ट्रीटवर नेहमीप्रमाणेच ट्रॅफिक जॅम झालं होतं. ती सावकाश वळली आणि टेबलावर असलेल्या वर्तमानपत्रांकडे पाहू लागली. तिच्यासमोर दोन फोटो होते. एका बाजूला जॉन बर्लिंग्टनचा भेदरलेला, चिंताक्रांत चेहरा, तर दुसऱ्या बाजूला हॅमिश मॅक्बेथचा आनंदी, प्रसन्न चेहरा.

◆